WAJIBU WA NDUGU

NA J.D. LANGTON

Hakimiliki © 2024 J.D. Langton. Haki zote zimehifadhiwa. Hakuna sehemu ya kitabu hiki inayoweza kutumika au kunakiliwa tena bila idhini iliyoandikwa ya mwenye hakimiliki.

ISBN: 979-8-218-55856-7

Mwandishi alisaidiwa kuitunga hadithi hii na Fatima Abbas.
Unaweza kuwasiliana na Fatima kwa - fatimaabbas9993@gmail.com

Mpangilio wa Kitabu: Verve Pages
(hello@vervepages.com)

Sanaa ya Jalada: Oladimeji Alaka

Imechapishwa na IngramSpark

BiblicalFamily.CHURCH

Visit BiblicalFamily.Church for more information
and to contact the author

Other Books By J.D. Langton

Marriage, Sex, & Polygamy:
It's About To Get Biblical Up In Here

Polygamy: Six Short Stories About Christian Families Who
Obeyed The Bible And Wound Up With Multiple Wives

A Christian Defense Of Polygamy Through The Centuries

Available On Amazon

Utangulizi

Kwa maelfu ya miaka, familia zenye wake zaidi ya mmoja zilikuwa za kawaida barani Afrika, kama tu zilivyokuwa miongoni mwa watu wa Mungu tangu nyakati za kale. Katika karne za hivi majuzi, wamishonari wa Ulaya na Marekani wamesababisha madhara makubwa kwa jumuiya za Kiafrika—hasa wanawake wao—kwa kudai kwamba Biblia inafundisha kwamba mwanamume anaweza kuwa na mke mmoja tu.

Fundisho hili lisilo la kibiblia limepelekea familia kusambaratika, kuenea kwa talaka zisizo halali, kuongezeka kwa ukahaba, na wanawake na watoto kuuawa na kanisa. Watoto wasiohesabika wamekua wakimchukia Kristo kwa sababu, kwao, injili Yake ndiyo iliyomtoa mama yao kutoka mikononi mwa baba yao. Mabadiliko makubwa kati ya makanisa yenye ushawishi wa Magharibi ni muhimu, lakini hayatatokea kamwe hadi wanaume Wakristo waanze kuupinga uzushi huu na kupigania haki za wanawake sio tu kukaa katika familia zao, lakini pia kuolewa kwa uhuru.

Kitabu hiki kifupi kinaelezea hadithi bunifu ya mwanaume wa Afrika Mashariki ambaye alichukua changamoto hiyo. Ombi langu ni kwamba itawatia moyo Wakristo katika Afrika kusimama kwa ajili ya Maandiko Matakatifu, badala ya kile ambacho nchi za Magharibi zinawaambia ni sawa.

Hadithi hii ilitafsiriwa kwa Kiswahili na awali ilikuwa sehemu ya mkusanyiko wa hadithi sita katika lugha ya Kiingereza.

J.D. Langton

Wajibu wa Ndugu

Mpangilio– Kenya, Siku ya kisasa

Katika uwanja wa soka wa muda huko Kiambu, Kenya, timu mbili zilipigania ubabe. Hakuna taa za uwanja zilizoangazia nyasi zenye mabaka, hakuna safu za viti zilizokuwa kando. Badala yake, aina mbalimbali za viti vya kukunjwa, blanketi, na watazamaji wenye shauku walisikika uwanjani, mazungumzo yao ya kusisimua yakijaza hewa ya jioni yenye joto.

Kiano Mutua, mwanamume mkonde mwenye umri wa kati ya miaka thelathini akiwa na michirizi ya kucheka machoni mwake, alitembelea kando. Macho yake yalitazama kati ya wachezaji waliokuwa uwanjani na ubao wa matokeo, ambao ulionyesha sare ya 2-2 zikiwa zimesalia dakika chache mchezo kumalizika. Uwanjani, kaka yake mkubwa Jabari alitembea kama simba, akibweka maagizo kwa timu yake mwenyewe.

"Changamka, Malik!" Kiano alipiga mayowe, sauti yake ikibeba kelele za umati wa watu. "Sukuma juu! Unda nafasi!"

Malik Mutua mwenye umri wa miaka kumi na mbili, mvulana mwembamba ambaye baba yake amedhamiria, alitikisa kichwa kwa ukali. Aliruka kati ya mabeki wawili, viatu vyake vikitimua vumbi kidogo alipokuwa akipigania nafasi.

Pembeni, mke wa Kiano, Amani, alikaa kwenye blanketi ya rangi nyingi iliyofumwa, binti yao Zuri mwenye umri wa miaka mitano akiwa amejikita kwenye mapaja yake. Kando yao, wake wawili wa Jabari, Safiya na Imani, waliinama pamoja kwa umakini.

"Mvulana wako ana kasi," Safiya alisema, bila kutoa macho yake uwanjani. "Naona anamfanana baba yake."

Amani alitabasamu, usoni uking'aa kwa fahari. "Hiyo anafanya," alikubali. "Ingawa wakati mwingine huwa najiuliza ikiwa hiyo ni baraka kabisa."

Safiya alimwangalia, udadisi ukaongezeka, lakini kelele kutoka kwa umati ilirudisha umakini wao kwenye mchezo. Malik alikuwa na mpira tena, akiwapita wapinzani kwa neema iliyokanusha umri wake.

Kiano alihisi moyo ukipiga kwa kasi, mchanganyiko wa fahari ya mzazi na wasiwasi wa kufundisha ukitawala tumboni mwake. Aliona uwezo wa Malik tangu mtoto wake alipopiga mpira kwa mara ya kwanza, lakini dakika kama hizi bado zilimvuta pumzi.

"Ni hayo tu, Malik!" Alipaza sauti, akipiga makofi. "Tafuta pasi!"

Kote uwanjani, sauti ya Jabari ilisikika, kinyume na kumtia moyo kaka yake. "Mshike! Usimruhusu apite!"

Macho ya ndugu hao yalikutana kwa muda mfupi, hali ya kuelewana ikipita kati yao. Ilieleweka kwa pande zote kwamba timu yoyote itakayoshinda, itakumbushwa kuhusu mchezo huo milele. Ndugu hao wawili walikuwa washindani siku zote, hawakukataa kamwe nafasi ya kumshinda mwingine. Lakini chini ya ushindani huo kulikuwa na kisima kirefu cha upendo na heshima, ambacho kiliimarishwa tu na bidii yao kuelekea ushindani mzuri.

Akiwa uwanjani, Malik aliinama kushoto, kisha kulia, akimwacha beki akiwa amekosea mguu. Umati wa watu ulishusha pumzi zake kwa pamoja huku akikaribia lango, mlinzi akainama na kuwa tayari.

Muda ulionekana kutosonga. Kiano aliweza kusikia mapigo yake ya moyo yakinguruma masikioni mwake. Kando yake, kocha wake msaidizi alinong'oneza sala. Kando ya kiwanja, Amani alimkumbatia Zuri, huku Safiya na Imani wakiinama mbele, wakitazama mchezo wa mwisho wa mpwa wao.

Malik alirudisha mguu wake nyuma, kila msuli ulijikunja kwa nguvu iliyotarajiwa kutokea. Mlinda lango alibadilisha uzani wake, akijiandaa kuruka. Na kisha, katika hatua ambayo ilivuta pumzi kutoka kwa umati, Malik hakuupiga mpira. Badala yake, aliupitisha mpira kushoto kwake, ambapo mchezaji mwenzake Denis alikuwa amejiandaa, bila ulinzi na akiwa katika nafasi nzuri kabisa.

Denis hakusita. Mguu wake uliunganishwa na mpira, na kuupitisha juu ya mikono ya mlinda lango iliyonyooshwa na kwenda nyuma ya wavu.

Mlipuko wa sauti ulikuwa wa kutisha. Kiano alijikuta akizidiwa na wachezaji wake waliokuwa wakisherehekea, furaha yao ilikuwa ya kuambukiza. Kupitia rundo la miili, alimwona Malik, akitabasamu kutoka sikio hadi sikio huku wachezaji wenzake wakimpongeza na kumpiga pambaja.

Kipenga cha mwisho kilipopulizwa, wakiimarisha ushindi wao wa 3-2, Kiano alihisi mlipuko wa hisia uliotishia kumlemea. Fahari kwa mtoto wake na timu yake ilichanganyika na ufahamu mchungu wa uzito wa matarajio yaliyokuja na talanta kama hiyo.

Alivuka uwanja hadi aliposimama Jabari, mwonekano wa kaka yake ulikuwa mseto wa kukatishwa tamaa kwa timu yake mwenyewe na bado fahari kwa ustadi wa mpwa wake.

"Umecheza vizuri," Jabari alisema, akijisalimisha, alinyoosha mkono wake. "Yule mwanao ..." kujisalimisha kwake kwa ndani kulifunikwa haraka na tabasamu lake kubwa, "Siwezi kujizuia kumshangilia hata anaposhinda timu yangu!"

Kiano aliushika mkono wa kaka yake, akihisi milio ya kawaida, nguvu inayofanana na yake mwenyewe. "Asante, kaka," alisema kwa shukrani. "Nina uhakika anapata baadhi ya stadi kutoka kwa mjomba wake. Timu yako ilitupa pambano la kweli huko nje. Jipe moyo!"

Malik alijikusanya, akivamia mazungumzo yao, uso wake ukionyesha bidii na ushindi. "Umeona baba, umeona pasi yangu?"

Kiano alimpa mwanawe tabasamu na kumsalimia, ambayo Malik alipokea. "Nimeona mwanangu, umetufanya tuwe na kiburi leo."

Jabari alipiga magoti hadi kufikia kiwango cha macho cha Malik, uso wake ukiwa na upendo. "Ulikuwa na maono mazuri sana, Malik. Uliangalia uwanja wote, sio tu goli. Endelea kucheza hivyo, na utaenda mbali."

Macho ya Malik yalipanuka kwa furaha kutokana na sifa kutoka kwa mjomba wake, mtu aliyemheshimu sana. "Asante, Mjomba Jabari," alisema kwa utulivu.

Wakati familia zilianza kukusanya mizigo yao, wakijiandaa kurejea nyumbani jioni, Kiano alijikuta amezama katika mawazo. Furaha ya ushindi ilikuwa tamu, lakini hakuweza kuondoa hisia ya wasiwasi iliyomkumba. Aliangalia jinsi Jabari alivyoelekea pale Safiya na Imani walipokuwa wakimsubiri, wote watatu wakiunda familia iliyoungana kwa furaha zaidi ya mwaka mmoja uliopita. Kitu pekee kilichokosekana kilikuwa ni kupata mtoto, jambo ambalo Kiano alidhani huenda lilitokana na tatizo la kiafya, kwani hakuna kati ya wake hao wawili aliyekuwa amepata ujauzito. Jabari hakuwahi kuwaambia marafiki au familia yake kwa nini hasa alimuoa Imani kama mke wake wa pili; sababu pekee aliyowahi kutoa ilikuwa ni upendo. Kiano alianza kujiuliza kama anapaswa kumuuliza kaka yake kuhusu hilo.

Amani alitokea kando yake, akiwa amembeba Zuri aliyekuwa na usingizi mikononi mwake. "Kila kitu kiko sawa?" aliuliza kwa upole, akigundua uso wake ulionyesha mawazo.

Kiano alitikisa kichwa, akijaribu kutabasamu. "Nilikua tu nawaza," alisema, akiweka mkono begani kwake. "Ilikuwa mechi nzuri."

Walipokuwa wakiondoka uwanjani, nyota za kwanza zikianza kumetameta angani huku giza likizidi kuingia, Kiano aligeuka nyuma na kumwona Jabari akiwa katika mazungumzo na wake zake. Ndugu yake alitazama juu, macho yao yakikutana katika uwanja uliokuwa ukikimya. Kwa muda mfupi, Kiano aliona mwanga wa kitu fulani usoni mwa Jabari—labda hamu, au majuto. Kisha ilitoweka, ikibadilishwa na tabasamu lake la kawaida lenye kujiamini.

Akigeukia familia yake, Kiano alivuta pumzi ndefu ya hewa ya jioni iliyokuwa ikipoza, na kwa mtazamo wa mwisho kwenye uwanja ambako mambo mengi yalikuwa yametokea, Kiano aliiongoza familia yake kuelekea nyumbani, sauti za shangwe za mchezo bado zikimrudia masikioni.

Magari mawili yalipita kwenye barabara za Kiambu. Kiano alifuata gari la kaka yake Jabari, akiwa bado na msisimko wa ushindi wa mchana ukiendelea kuenea mwilini mwake. Walipofika kwenye barabara ya kuingia nyumbani kwa Jabari, nyumba yake ya kawaida lakini iliyotunzwa vizuri ilionekana, rangi yake ya manjano ikiwa kama taa ya ukaribisho katika mwanga wa magharibi. Hapa ndipo chakula cha jioni cha familia kilikuwa kikiandaliwa kila Ijumaa usiku kwa mwaka mzima uliopita. Walikuwa na uwanja mkubwa wa nyuma na ukumbi wa nje ulio safi kwa ajili ya jiko la kuchoma nyama na meza ya viti vinane, huku taa zilizotundikwa zikiwaangazia eneo lote la ukumbi kwa urahisi.

Malik alikuwa wa kwanza kutoka garini kwa mbwembwe, nguvu zake zikiwa hazijapungua licha ya mechi kali ya soka. "Mjomba Jabari, naweza kusaidia na jiko la kuchoma nyama?" aliita kwa shauku, akiruka-ruka kwa vidole vya miguu yake.

Jabari alicheka, huzuni ya awali ya kushindwa ikipungua mbele ya shauku ya mjukuu wake. "Bila shaka, Malik! Lakini kwanza, tuingize vitu vyote ndani."

Familia hizo mbili zilipoingia ndani ya nyumba hiyo, manukato waliyoyazoea yaliwafunika—mchanganyiko wa manukato, mbao zilizopigwa rangi, na harufu hafifu ya yasmini ya jioni ikipepea kupitia dirisha lililokuwa wazi. Sebule hiyo, yenye samani zilizotumika lakini zenye starehe, ilionyesha maisha yaliyoishi kikamilifu, ingawa si kwa fahari kubwa.

Macho ya Kiano yalizunguka chumba hicho, yakichukua maelezo yaliyofanya nyumba ya Jabari kuwa nyumbani. Picha za familia zilipamba kuta, zikikamata nyakati za furaha na sherehe. Rafu ya vitabu pembeni ilishikilia mchanganyiko wa maandiko ya kidini, miongozo ya mpira wa miguu, na riwaya zilizosomeka sana. Ilikuwa nafasi iliyodhihirisha imani ya Jabari, akili yake, na mchezo anaoupenda zaidi.

Safiya, mchangamfu kati ya wake hao wawili, alipaza sauti kwa nguvu ili wote wasikie, kwa lafudhi yake nzito na yenye mdundo wa Kiafrika, "Hatuwezi kuwa na njaa huku tukitazama chakula!"

Amani alicheka, akimkabidhi Kiano Zuri aliyekuwa na usingizi. "Kuwa mwema kwa Baba," alinong'ona, akimbusu binti yake kwenye paji la uso kabla ya kumfuata Safiya na Imani jikoni.

Kiano aliwatazama wanawake hao wakitoweka jikoni, na kunyanzi ndogo ikatokea kwenye paji lake la uso. Alikuwa ameona mvutano kwenye mabega ya Safiya, na ukakamavu usio wa kawaida machoni mwa Imani. Akaweka akilini kuuliza Amani kuhusu hilo baadaye.

"Njoo kaka," sauti ya Jabari ilikatika mawazo yake. "Hebu tuweke hiyo nyama kwenye jiko la kuchomea nyama. Malik, unaweza kusaidia kwa kuleta sahani na vyombo."

Walipotoka kwenye ukumbi, hewa ya jioni iliyokuwa baridi ilikuwa ni faraja baada ya joto la mchana. Jabari alijitumbukiza kwenye kazi ya kuchoma nyama, sherehe ya kawaida ya kuandaa makaa ikiwa ni tiba kwa msisimko wa mchana.

"Umefanya vyema leo, kaka mdogo," Jabari alisema, akipanga makaa kwa ustadi wa kawaida. "Timu yako imeboreshwa sana."

Kiano alitikisa kichwa, akikubali sifa hiyo kwa tabasamu dogo. "Wamejizatiti sana. Malik hasa."

Aliposikia jina lake, Malik alijitokeza, akirudi kutoka jikoni akiwa amebeba bakuli za kiasili. "Unadhani ningeweza kucheza kwa timu yako siku moja, Mjomba Jabari?"

Jabari alicheka, sauti yake nene na ya joto ikijaza giza lililokuwa likikusanyika. "Kunichezea? Kijana, ukiendelea kuboresha hivi, utanifundisha mimi kabla ya muda mrefu."

Malik alitabasamu kwa furaha akipokea sifa, uso wake ukionyesha dalili ya kiburi kidogo, Kiano alijisikia mchanganyiko wa fahari na wasiwasi ukijikusanya kifua ni mwake. Alifurahi kumuona mwanawe akifaulu, lakini uzito wa matarajio—kutoka kwa familia, kutoka kwa jamii—wakati mwingine ulikuwa mzito kupita kiasi.

"Unajua, Malik," Kiano alisema, akijaribu kupunguza msisimko wa mvulana kwa ukweli wa maisha, "kuwa mchezaji bora sio tu kuhusu ujuzi. Ni kuhusu nidhamu, ushirikiano, na kupatanisha soka na majukumu yako mengine."

Jabari alitikisa kichwa kwa idhini. "Baba yako anasema kweli. Na kuhusu kupatanisha..." Alinyamazia hapo, akionyesha mwangaza wa utundu machoni mwake. "Lini utarudi kanisani vizuri, kaka? Hao wazungu wote kwenu..."

Kiano aligeuza macho yake kwa utani, akitambua ile hali ya kushinikiza machoni mwa kaka yake, kisha alitoa mlio wa kulalamika. "Hapana! Lini utaniruhusu niende kanisani kwa amani, kaka?" Alitikisa kichwa kwa upole na kucheka kwa utani kuhusu mzozo wao wa kanisa wa zamani.

"Nasema tu," Jabari aliendelea. "Wamerikani wote wanaokuja na kuwaambia kila mtu cha kufanya na jinsi ya kufanya. Inaweza kuwa na athari ya Michael Jackson ikiwa hautakuwa mwangalifu."

Kiano alitabasamu kwa mshangao, akijua kaka yake anajitahidi kumvutia kwa utani. "Athari ya Michael Jackson? Hiyo ni nini?"

"Hujui?" Jabari alisema akijizungusha, uso wake ukiwa na mshangao wa kifalsafa. "Hiyo ni ile hali ambapo wazungu wengi wanakufundisha mpaka ngozi yako inageuka kuwa nyeupe!" Alicheka kwa sauti kubwa, akifurahi sana kwa utani wake mwenyewe, huku Kiano akicheka na kutikisa kichwa, akiwa na majuto kwa kuchukua mtego

"Wana tofauti ganii?" Malik aliingilia kati, akifurahia sauti ya kawaida ya utani wa baba yake na mjomba wake.

Kiano alikaza nyusi zake, kwani ilikuwa mara ya kwanza kwa mwanawe wa miaka kumi na miwili kuuliza kwa umakini kuhusu maisha ya kanisa.

Lakini kabla hajajibu, Jabari akajibu, nusu kwa makini, nusu akiendelea kumcheka kaka yake. "Tuseme tu mjomba wako Jabari hangeweza kuja kanisani nawe, angalau si na familia yake yote."

"Mbona?" Malik aliuliza kwa udadisi.

Jabari, kwa uwezekano wa kuvuka mipaka ya ushawishi ufaao, alimwambia Kiano, "Endelea kaka. Mwambie kwa nini huwezi kualika familia yako mwenyewe kanisani."

"Sawa, sawa." Kiano alisema kwa tabasamu, mikono yake wazi ikiashiria chini kama kumwambia Jabari amruhusu ajibu swali hilo.

Wakati Jabari alipopachika kipande cha chakula mdomoni na kurudi kuchoma nyama, Kiano aligeukia Malik. "Mwana." Kisha alisimama kidogo na kuvuta pumzi ndefu, akihifadhi tabasamu lake katikati ya utani wa Jabari. "Kanisa letu linaamini kuwa mwanaume anaweza kuwa na mke mmoja tu."

"Pia hawachezi vya kutosha." Jabari alingilia kwa utani, akiondoa mvutano wowote na kuwafanya wengine kucheka.

Kiano akaendelea. "Wanadhani Biblia inafundisha kuwa mpango wa Mungu ni kwamba mwanaume awe na mke mmoja tu. Ni jambo ambalo dunia ya Magharibi inaliamini, na wametuma wahubiri wao hapa kuhubiri injili, lakini wahubiri hao pia wamefundisha mafundisho haya kuhusu ndoa."

Malik alionekana wazi akijaribu kufikiria wazo hilo akilini mwake, kwani alikuwa na marafiki wengi ambao wana wake zaidi ya mmoja katika familia zao. "Lakini kuna wanawake wengi zaidi kuliko wanaume hapa. Watafanya nini kwa waume ikiwa wanaume wanaweza kuwa na mke mmoja tu?"

Jabari, akitazama angani na mikono yake ikiwa imeenea, kwa furaha akatoa pumzi ya kuthibitisha. "Ah!"

Mara Kiano akaanza kucheka. "Sawa kaka. Najua. Najua. Hakuna haja ya—"

"Mungu asifiwe!" Jabari alikatiza, macho na mikono bado ikiwa juu angani. "Ni rahisi sana, hata mtoto anaweza kujua!" aliendelea huku akicheka na kurudi kwenye nyama.

Wengine wawili walicheka kwa furaha kutokana na shauku ya kawaida ya Jabari na utu wake mkubwa zaidi ya maisha.

Kiano alimgeukia mwanawe kwa umakini zaidi katika sauti yake. "Malik. Ni jambo wanalokosea, lakini kanisa bado linafanya mambo mengi mazuri na nimekuwa nikihudhuria tangu nilipokuwa na umri kama wako. Ninafanya kila niwezalo kuelewa kwamba watu wengi kutoka tamaduni nyingine wamekuwa sehemu ya uongozi wa kanisa letu. Ninawaombea na kuwatumikia, hata katikati ya tofauti. Unajua, Biblia inasema kwamba ulimwengu wa nje utajua sisi ni Wakristo kwa upendo wetu, si kwa mabishano yetu juu ya mafundisho. Kwa hakika kuna wakati wa kuondoka kanisani wakati jambo fulani haliko sawa, lakini hili ni jambo ambalo tunaweza kutokubaliana nalo na bado tukabaki."

Malik alikubali maneno ya baba yake, kisha akauliza. "Lakini vipi kama ungetaka kuoa mke mwingine, Baba? Je, tutalazimika kuacha kanisa letu?"

"KAMA"—Amani alifoka huku akitabasamu usoni mwake huku akitoka jikoni akiwa na sufuria za chakula mikononi mwake—"HATIMAYE baba yako"—alitoa neno hilo huku akinyamaza na kumwangalia Kiano kwa ukali, kisha akarudi kuweka chakula mezani—"akachukua mke mwingine, labda kupika na kusafisha kunaweza kunipendeza nyumbani kama ilivyo hapa." aliendelea kwa mbwembwe huku akiwaashiria kwa kichwa wale wake wawili waliokuwa wakiingia nyuma ya nyumba na chakula zaidi.

"Ndiyo. Ndiyo, ninaelewa." Kiano alicheka huku akiinua mikono yake juu ili kupunguza utani mwingine unaoweza kuja. "Usiniite 'mwanaume maskini' tena. Naweza kustahimili mengi tu."

Malik na mama yake walicheka kidogo. "Angalia jinsi tulivyo na furaha" Amani aliendelea kwa utani, huku akionyesha ishara tena kwa wake wengine wakipanga meza, "wakiwa na kila mmoja kufanya kazi hii yote. Lakini hapana.. Mume wangu ananifanya nifanye peke yangu."

"Mmmh. Kama wale wanawake weupe wapweke katika vitongoji vya Marekani." Safiya aliingilia ndani huku akiwa na tabasamu kubwa, la kihuni usoni mwake, akiweka hai dhihaka ya kirafiki ya Kiano.

"Nasema tu" Amani akaongeza kwa umakini zaidi huku akikaa mkabala na mumewe. "Mikono mingi inavyozidi kusaidia, ndivyo inavyokuwa rahisi zaidi -"

"Mungu asifiwe!" Jabari alikatiza kwa sauti, na kusababisha wote kuganda na kutazama upande wake.

Macho na mikono yake (mmoja wao ulikuwa umeshikilia spatula) iliinuliwa tena kuelekea mbinguni, tabasamu kubwa usoni mwake. "Wanawake wanajua pia!"

Mikono yake ilitetemeka kwa shauku kubwa huku kila mtu akicheka kutokana na mbwembwe zake.

Kusikia kicheko, akaendelea. "Ewe mtawala mkuu wa mbingu na ardhi! Bariki ndugu yangu na kanisa lake na uwezo wa kusoma Biblia." Kicheko kilizidi. "Ili wajifunze kuhusu Ibrahimu, Yakobo, na Daudi, ambao—"

"Sawa! Sawa, Jabari!" Kiano alipiga kelele huku akikaribia kuanguka kwenye kiti chake kwa kicheko, wengine wakicheka sana. Jabari alivuta pumzi ndefu huku akisubiria kicheko kipungue, mikono yake ikiwa imerudi upande wake, lakini kichwa chake kikiwa bado kimeinuliwa juu. Kicheko cha mwisho kilipoisha, alingoja muda mwingine kisha akatoa neno la haraka, la uhakika, "Amina." huku akirudisha kichwa chini ili kuhudumia jiko la kuchoma nyama. Hii ilisababisha raundi nyingine ya kicheko huku Jabari akiitoa nyama kwenye jiko na kuiweka mezani.

Kila mtu aliketi kisha Jabari akamshukuru Mungu kwa chakula hicho. Heshima na umakini alioomba nao ulikuwa tofauti kabisa na kelele zake za ucheshi, zikiashiria nguvu zake kama mtu wa Mungu.

Alipomaliza kusali, wanafamilia hao kila mmoja alianza kushika chakula kwa mikono yake na kuweka baadhi kwenye bakuli zao, wanaume wakiwapongeza wake zao kwa chakula hicho. Baada ya kula vipande vichache, Kiano alimtazama mkewe, Amani. "Unajua. Nilifikiri unapenda kuwa malkia wa ngome yako."

Kisha wakasikia sauti ya kike ya uzee ikitoka upande wa uwanja wao. Ilikuwa na lafudhi nzito ya karibu miaka mia moja na chemichemi ya hekima ya kimama. "Wamagharibi wanataka mrahaba. Waafrika wanataka dada."

Jabari alicheka, akiwa yeye pekee ndiye aliyemsikia vizuri. Kisha Malik akapaza sauti, "Hiyo ina maana gani?"

Wote walimgeukia na kutabasamu kwa yule mwanamke akijibu kwa kiingereza naye akiwa na tabasamu usoni. "Wamagharibi wanataka mrabaha. Waafrika wanataka dada."

Wanawake na Jabari kwa pamoja walipiga kelele "Amina" na kwa furaha wakamsalimu jirani yao kwa sauti ya sare ya Kiswahili, huku Kiano na Malik wakitazamana tu na kucheka.

Kicheko kilipopungua, Kiano alimnong'onezea Amani, "Asante kwa kutoniita 'maskini.'"

Amani alitabasamu kwa mapenzi kwa mumewe. "Wewe ni tajiri kwangu." Alisema kwa dhati. Pamoja na hayo, utani uliwekwa kando kwa jioni hio.

Mlo uliendelea, ukijaa mjadala mkali kuhusu mechi ya siku hiyo, habari za mtaa, na mijadala ya kusisimua kuhusu kila kitu kuanzia siasa hadi njia bora ya kuandaa ugali. Kiano alimwangalia Malik akisimulia kwa furaha tukio la pasi yake iliyochangia bao la ushindi, na akaona fahari iliyong'aa machoni mwa Jabari, ingawa kivuli cha kitu kingine—wivu? majuto?-kilipita usoni mwake. Kiano alijikuta kwa mara nyingine akifikiria jinsi Jabari bado hajapata watoto, akijiuliza iwapo angemuuliza kuhusu hilo.

"Unajua," Jabari alisema, akiegemea nyuma kwenye kiti chake na kutolea pumzi ya kuridhika, "kuna jambo la kusemwa kwa mikusanyiko hii ya familia. Ni vizuri kukumbuka kile ambacho ni muhimu sana."

Safiya aliitikia kwa kutikisa kichwa, mkono wake akiwa ameuegemeza kidogo kwenye mkono wa Jabari. "Familia ndio kila kitu," alikubaliana huku macho yake yakikutana na ya Imani pale mezani. Kitu kisichosemwa kilipita kati ya wanawake hao wawili, uelewano wa pamoja ambao Kiano hakuweza kuufafanua kabisa.

"Tukizungumza kuhusu familia," Amani aliingilia kati, sauti yake ikiwa nyepesi, "umefikiria kupanua yako, Jabari? Hakika kuna nafasi moyoni mwako kwa watoto wachache wanaokimbia hapa na pale."

Swali hilo, kama lilivyoonekana kuwa lisilo na hatia, lilitua kama jiwe kwenye bwawa tulivu. Mawimbi ya mvutano yalitanda mezani, yakionekana kwa kukakamaa kwa ghafla kwa mabega ya Jabari, jinsi mkono wa Safiya ulivyokaza kwenye mkono wake, na jinsi Imani, mwanamke mkimya zaidi kati ya wale wanawake watatu, alivyotazama chini kwa wasiwasi.

"Watoto ni baraka kutoka kwa Mungu," Jabari alisema baada ya muda, sauti yake ikiwa ya kutulia na isiyo na hisia yoyote maalum. "Anapoona inafaa kutupa baraka hiyo, tutashukuru."

Kiano alimtazama kaka yake kwa karibu, akiona mkazo nyuma ya tabasamu lake na jinsi macho ya Imani yalivyoshuka kwenye sahani yake. Alijua kuwa kulikuwa na hadithi hapa, iliyoenda mbali zaidi ya maneno ya kawaida ya mazungumzo ya chakula cha jioni.

"Na wewe, Kiano?" Jabari aliuliza huku akionekana kuwa na shauku ya kugeuza umakini. "Je, wewe na Amani mtawapa Malik na Zuri ndugu wengine?"

Kiano akacheka huku akizungusha mkono mabegani mwa Amani. "Wawili ni wengi kwa sasa, nadhani. Ingawa kama Amani angependelea, tungezalisha watoto zaidi ya ninavyoweza kuwataja." Kundi lilicheka, kiasi fulani likavunja mvutano uliosababishwa na swali la Amani.

Kadri usiku ulivyokuwa ukikamilika na walipoanza kukusanya vitu vyao ili waondoke, Kiano alijikuta akichelewa. Alimtazama Jabari akisaidia kusafisha meza, akaona miguso ya upole kati yake na wake zake na mwonekano wa mapenzi mazito uliopita kati ya wote watatu.

"Imekuwa jioni njema," alimwambia Jabari huku wakiwa wamesimama kando ya magari, wanawake waliokuwa ndani wakiaga kwaheri ya mwisho. "Tuonane Ijumaa ijayo kaka."

Jabari alikubali kwa kutikisa kichwa, akipiga mkono kwenye bega la Kiano. "Bila shaka, ndugu yangu. Bwana akipenda."

Walipokumbatiana, Kiano alihisi nguvu za mikono ya kaka yake, historia ya pamoja iliyowaunganisha bila kujali hali yeyote. Alijiona akiwa na dhamira ya kuisaidia familia yake katika jambo lolote ambalo walikuwa wakipitia, hata iwe vigumu jinsi gani.

Safari ya kuelekea nyumbani ilikuwa kimya, Malik na Zuri wakiwa wamelala kwenye siti ya nyuma, Amani akiwa amezama katika mawazo yake kando yake. Akili ya Kiano ilikimbia, akirudia utani na matukio mazito zaidi ya jioni.

Alimtazama Amani, wasifu wake ukiwa umechangiwa na mwanga wa mbalamwezi ukipita kwenye dirisha la gari. Alikuwa kila kitu alichokuwa amekitaka katika mke—mwerevu, mpole, na mama mzuri. Kwa mara ya kwanza, alijiuliza ikiwa kweli angemruhusu amchagulie mke mwingine. Kumdhihaki kwake kuhusu jambo hili kiliongezeka kwa kasi katika miezi michache iliyopita. Lakini kanisa lao. Alijua kupanua familia yao kungemaanisha kutoelewana na kanisa ambalo alikuwa ametumikia maisha yake yote. Aliyatafakari mambo hayo kimyakimya walipofika nyumbani na kujiandaa kwa usiku huo, sauti ya Amani akiwaimbia watoto walale ilituliza mawazo yake kwa sasa.

Kiano alisimama mbele ya kioo chumbani, akirekebisha tai yake kwa kutumia vidole vivyokuwa na ustadi. Shati nyeupe nyororo na suti nyeusi ilihisi kana kwamba ni vazi la sherehe, silaha ya kipekee kwa ajili ya vita vya kiroho ambavyo daima alihisi alikuwa akipigana. Akiwa katika tafakari hiyo, aliweza kumuona Amani akiwa nyuma yake, akilainisha nywele zisizo na mpangilio za Zuri.

"Malik!" Amani aliita huku sauti yake ikienea kote ndani ya nyumba. "Je, umepata Bibilia yako bado?"

Jibu lisilosikika kwa mbali lilitoka upande wa chumba cha Malik, likifuatiwa na sauti ya droo zikifunguliwa na kufungwa kwa haraka. Kiano alitikisa kichwa, tabasamu dogo likicheza kwenye midomo yake. Vitu vingine havikubadilika, haijalishi ni mara ngapi walipitia utaratibu huu.

"Nitaenda kumsaidia," Kiano alisema, akigeuka kutoka kwenye kioo. Alipompita Amani, aliweka mkono wake kwa upole begani mwake. "Unaonekana mrembo"

Macho ya Amani yalikutana na yake kwenye kioo, mng'ao wa joto ukipepea kati yao. "Asante," alisema kwa upole. Kisha, kwa tabasamu la upendo, "Unajisafisha vizuri mwenyewe."

Kiano aliweka busu ubavuni mwa paji la uso wake huku wakitabasamu. "Kwa mtu maskini ..." aliendelea kwa sauti ya mzaha huku akirudi kwenye nywele za binti yake.

Kiano alicheka huku akiondoka kwenda kumsaidia Malik, akiita huku akitoka kwa kasi ukumbini. "Unajua, ikiwa hatuendi kanisani, ningeudhika."

Amani alimfokea Zuri, jambo lililomfanya acheke, kisha wakapigiana makofi ya mama na binti wakifurahia utani wake.

Kiano alipoingia kwenye barabara ya ukumbi, mlango wa mbele uligonga kwa nguvu ukavuruga kelele za kawaida za familia. Kiano alikunja uso, akitazama saa yake. Hawakuwa wakitarajia mtu yeyote, na ilikuwa karibu wakati wa kuondoka kwa ajili ya ibada ya kanisa.

"Nitaufungua," aliita huku akibadili mwelekeo na kuelekea mlangoni. Hodi ilisikika tena, safari hii kwa msisitizo zaidi. Hali ya wasiwasi ilishuka kwenye uti wa mgongo wa Kiano.

Alifungua mlango na kuwakuta wazazi wake—Mama yake na Baba—wakiwa wamesimama kwenye kizingiti. Kuwaona pekee kulimshangaza—walikuwa hawatembelei bila kuwajulisha—lakini ilikuwa ni sura zao zilizomfanya damu yake kuganda. Uso wa mama yake ulikuwa na machozi, utulivu wake wa kawaida ukiwa umevunjika. Baba yake alisimama kidete, macho yake yakiwa na kivuli cha huzuni.

"Nini kimetokea?" Kiano aliuliza huku maneno yakimponyoka kabla hata hajawakaribisha ndani.

Mama alitoa kilio cha kwikwi. "Ni Jabari," alijaribu kusema huku sauti yake ikivunjika alipotaja jina la mwanawe. "Kumetokea ajali."

Ulimwengu ulionekana kuyumba chini ya miguu ya Kiano. Alishika fremu ya mlango, akijaribu kujituliza. "Ajali? Ajali ya aina gani? Yuko sawa?"

Baba aliweka mkono thabiti kwenye bega la mkewe. Alipozungumza, sauti yake ilikuwa ya chini na yenye mkazo. "Gari lilimgonga. Yuko hospitalini. Hawajui kama atafanikiwa."

Maneno yalining'inia hewani, mazito na ya kutisha. Kiano alihisi kana kwamba hewa yote ilikuwa imetoweka chumbani. Jabari, kaka yake mwenye nguvu na uhai... inawezekanaje hili kutokea?

"Kiano? Ni nani?" Sauti ya Amani ilielea kwenye korido, ikifuatiwa na sauti ya nyayo zake zilizokaribia.

Kiano aligeuka, akakutana na macho ya mkewe yaliyojaa maswali. Aliona jinsi hali ya Amani ilivyobadilika, sura ya utani ikigeuka kuwa ya wasiwasi mkubwa.

"Amani," alisema, sauti yake ikisikika geni na kwa mbali masikioni mwake, "tunahitaji kwenda hospitali. Sasa hivi."

Dakika chache zilizofuata zilipita kwa haraka katika hali ya maelezo ya mkanganyiko na harakati za wasiwasi. Amani, uso wake ukiwa umejaa mistari ya hofu, alikimbia kumuita jirani yao. Kiano alimkuta Malik, maelezo yakiporomoka kwa haraka huku akimtuma kijana aliyechanganyikiwa kumkusanya dada yake.

"Na kanisa je?" Malik aliuliza huku uso wake mchanga ukiwa umekunjamana kwa wasiwasi.

Kiano aliweka mikono kwenye mabega ya mwanawe, akijilazimisha kuzungumza kwa utulivu. "Wakati mwingine, Malik, familia lazima itangulie. Hata kabla ya kanisa. Unaweza kuelewa hilo?"

Malik aliitikia kwa heshima huku macho yakiwa yamepanuka. "Je, mjomba Jabari atakuwa sawa?"

Swali hilo lilimchoma Kiano moyoni. Alimeza mate huku akipambana na wimbi la hofu lililotishia kumtawala. "Sijui mwanangu. Lakini tutamuombea, sawa? Tutaomba sana."

Ndani ya dakika chache watoto walikuwa wametulia kwa jirani, Kiano akajikuta akiwa nyuma ya usukani wa gari, Amani akiwa kando yake, na wazazi wake wakiwa siti ya nyuma. Barabara zinazofahamika za mtaani mwao zilipita kwa ukungu huku Kiano akiendesha kwa haraka kupitia trafiki, vifundo vyake vikiwa vyeupe usukani.

Safari ya kwenda hospitali ilihisi kuwa haiwezi kukatika, kila taa nyekundu ikiwa ni mateso ya uvumilivu. Akili ya Kiano ilimwenda mbio, kumbukumbu za Jabari zikipita kwenye mawazo yake. Michezo yao ya utotoni, ushindani wao kwenye uwanja wa soka, sura ya fahari kwenye uso wa Jabari kwenye harusi ya Kiano. Inawezekanaje mambo yote hayo kuwa hatarini, yakiwa karibu kutoweka kabisa?

Walipokuwa wanaingia kwenye kwenye eneo la maegesho ya hospitali, Kiano aliwaona Safiya na Imani wakiharakisha kuelekea mlangoni. Kuwaona wake wa

Jabari, nyuso zao zikiwa zimejawa na hofu na huzuni, kuliifanya hali hiyo kuwa ya kweli na ya kutisha.

Kikundi kilikusanyika kwenye milango ya hospitali, kukawa na mchanganyiko wa kukumbatiana na salamu zenye machozi. Kiano alijikuta akimshika Safiya huku akilia kwenye bega lake, huku Amani akimkumbatia Imani aliyekuwa katika hali ya mshtuko.

"Mmesikia chochote?" Kiano aliuliza huku sauti yake ikiwa nzito kwa hisia.

Safiya alitikisa kichwa, akajifuta machozi. "Bado, wametuambia tusubiri tu."

Kwa pamoja, walielekea kwenye eneo la kusubiri, sehemu isiyo na faraja yenye viti vigumu na magazeti yaliyopitwa na wakati. Mwanga wa taa ulikuwa na mng'aro mkali, ukionyesha weupe wa nyuso zao, macho yao mekundu na mikono yao iliyokuwa ikitetemeka.

Muda ulionekana kuvutika na kupindana, dakika zikihisi kama masaa. Kiano alijikuta akipiga hatua huku na kule, hakuweza kutulia, maombi yake yakiwa ni litania ya kudumu akilini mwake. Aliwaangalia Amani Safiya na Imani wakiwa wameketi pamoja, vichwa vyao vikiwa vimeinamishwa pamoja, Amani akijaribu kuwafariji kwa kadri alivyoweza.

Hatimaye daktari alipojitokeza, uso wake ukiwa mzito na mkao thabiti, Kiano alihisi moyo wake ukizama. Alijua, kwa hakika ambayo ilimtikisa hadi kiini chake, kile ambacho mtu huyo alikuwa anataka kusema.

"Familia ya Jabari Mutua?" daktari aliuliza, macho yake yakikakugua kikundi.

Walikusanyika karibu naye, wakiwa kama ngome ya umoja dhidi ya habari waliyoogopa. Kiano alihisi mkono wa Amani ukishika wake kwa nguvu, ukimkaza.

Maneno ya daktari yaliwapita kwa kasi, maneno ya kitabibu yakiwa kama sauti isiyoeleweka. "Majeraha makubwa… kutokwa na damu kwa ndani… tulifanya kila tuwezalo…" Lakini yote yaligeuka kuwa ukweli mmoja wa kuhuzunisha: Jabari ameaga.

Kilio kilichotoka kinywani mwa Mama kingemwandama Kiano kwa miaka mingi ijayo. Alitazama, akihisi kama ameondolewa, Safiya akiwa amejikunja chini, Imani akianguka naye, wale wanawake wawili wakiwa wamekumbatiana katika huzuni yao ya pamoja.

Baba alisimama kidete, uso wake ukiwa na kinyago cha kutoamini na uchungu. Kiano akamkaribia, akimkumbatia babake, huku akihisi mwili wa mzee ukimtetemeka kwa kilio kisicho na sauti.

Amani alitembea mwingoni mwao, akiwagusa kwa upole na kunong'ona maneno ya faraja ambayo yalionekana kuelea hewani, bila maana yoyote mbele ya pigo la huzuni waliokuwa wakipitia.

Kiano alijihisi kufa ganzi, akili yake ikishindwa kufahamu kikamilifu ukweli wa kile kilichotokea. Jabari, kaka yake, mpinzani wake, rafiki yake… ameaga. Hivyo tu.

Hakukuwa na nafasi ya kuaga wala fursa ya kusuluhisha mivutano iliyosalia kutoka mazungumzo yao ya mwsho.

Kadri mshtuko wa awali ulivyopungua, mambo ya kivitendo yalianza kujitokeza. Kulikuwa na fomu za kusainiwa, maamuzi yanayopaswa kufanywa. Kiano alijikuta akichukua jukumu la msemaji wa familia, sauti yake ikiwa tulivu ingawa moyo wake ulikuwa na maumivu makali.

"Tungependa kumuona," alimwambia daktari, maneno hayo yakihisi kuwa mageni kinywani mwake. "Kumwabia kwaheri."

Daktari aliitikia kwa kutikisa kichwa huku uso wake ukiwa na huruma. "Bila shaka. Nitamtuma muuguzi awaonyeshe chumba alipo."

Walitembea kama kikundi, wakiungwa mkono na kila mmoja wao, wakipitia korido ndefu ya hospitali. Sauti nyororo ya muuguzi na tabia yake ya upole vilikuwa kama uponyaji wa muda, lakini hakuna kitu kilichoweza kuwaandaa kwa ajili ya kuona mwili wa Jabari usio na uhai kwenye kitanda cha hospitali.

Alionekana mwenye amani, Kiano aliwaza kwa ganzi. Kana kwamba alikuwa amelala tu. Lakini utulivu usio wa kawaida, ukosefu wa ule uwepo wa jabari uliojawa na nguvu, ulikuwa wazi.

Walijikusanya karibu na kitanda huku kila mmoja akiwa amezama kwenye kumbukumbu na majuto yao. Kiano alitazama Safiya na Imani kila mmoja akishika mkono mmoja wa Jabari, machozi yao yakidondoka kimyakimya. Mama na Baba walisimama kwenye mguu wa kitanda, huzuni yao ikionekana kana kwamba inaweza kugusika.

Mkono wa Amani ukampata tena Kiano, ukimpa nguvu katikati ya wimbi la hisia lililokuwa likitisha kumzidi. Alimtazama, akaona machozi yakimtoka, akahisi macho yake mwenyewe yakianza kuwaka.

"Alikuwa mtu mzuri," Amani alisema kwa upole, sauti yake ikiwa na uzito wa hisia. "Ndugu mzuri, mume mzuri, mtoto mzuri."

Kiano aliitikia kwa kutikisa kichwa, akashindwa kuongea kutokana na fundo kooni. Alifikiria mambo yote ambayo hayajasemwa kati yao, ushindani na vicheko, historia ya pamoja na heshima isiyosemwa. Sasa, yote yalionekana kuwa madogo sana mbele ya utengano huu wa mwisho, usioweza kurekebishwa.

Walisalia pale, familia iliyoungana kwa huzuni, hadi muuguzi alipowashauri kwa upole kwamba ulikuwa wakati wa kuondoka. Walipotoka nje ya chumba hicho, Kiano alikuwa wa mwisho kuondoka. Akatulia pale mlangoni, akimtazama ndugu yake kwa mara ya mwisho.

"Kwaheri, Jabari," alinong'ona, sauti yake ikiwa karibu kusikika. "Pumzika kwa amani, ndugu yangu."

Safari ya kurudi nyumbani ilikuwa imetulia, gari likajaa ukimya mzito wa huzuni iliyoshirikiwa. Mipango ilifanywa kwa sauti za chini. Safiya na Imani wangekaa na Mama na Baba na taratibu zingehitajika kufanywa kwa ajili ya mazishi.

Walipokaribia nyumbani kwao, Kiano alihisi wimbi la uchovu likimvaa. Matukio ya jioni yalionekana kuwa ya ajabu, kana kwamba anaweza kuamka wakati wowote na kukuta ilikuwa ndoto mbaya.

Lakini uzito wa huzuni kifuani mwake, madoa ya machozi kwenye mashavu ya Amani, kumbukumbu ya mwili wa Jabari uliotulia—haya yote yalikuwa halisi. Walipokuwa wakielekea kwenye mlango wao wa mbele, Kiano alijua kwamba hakuna kitu kitakachokuwa sawa tena.

Kifo cha kaka yake kilikuwa kimeacha pengo, ambalo lingebadili maisha yao kwa njia ambazo bado hangeweza kuzifahamu.

Mpangilio wa mvua ikinyesha kwa upole kwenye madirisha ulileta mandhari ya kusikitisha katika chumba cha kukutania cha Mama na Baba. Wiki moja ilikuwa imepita tangu mazishi ya Jabari, lakini uzito wa huzuni bado ulikuwa ukining'inia hewani, ukionekana katika kila pumzi ndefu na kila mtazamo wenye huzuni.

Kiano alikaa kwenye sofa lililovaliwa kwa muda, Amani akiwa kando yake kwa faraja. Mbele yao, Safiya na Imani walikaa kwenye ukingo wa viti vyao, nyuso zao zikiwa zimejaa huzuni na wasiwasi. Wazazi wa wajane wote wawili walikalia viti vilivyoletwa kutoka kwenye chumba cha kulia chakula, nyuso zao zikionesha mchanganyiko wa huzuni na azimio la kutisha.

Mama aliingia ndani huku akiwa amebeba trei iliyosheheni vikombe vya chai vikiwa vinatoa mvuke. Harufu ya viungo ilienea ndani ya chumba, ikileta faraja ndogo mbele ya huzuni waliyoishiriki. Alipokuwa akigawa vikombe, mikono yake ilitetemeka kidogo, ikionyesha uchovu wa kihisia ya wiki iliyopita.

"Asante, Mama," Kiano alisema kwa upole, akipokea kikombe. Alimtazama akizunguka chumbani huku akiona jinsi alivyokuwa anakaa karibu na Safiya na Imani, hisia zake za kimama zilionekana wazi kwa kugusa kwa upole mabega yao na sukari ya ziada aliyoongeza kwenye chai yao.

Baba alisafisha koo lake, akivuta hisia za kila mtu. "Tumekusanyika leo," alianza, sauti yake iliyojaa hisia ingawa bado imebeba lafudhi yake ya kitamaduni, "kumkumbuka Jabari wetu mpendwa na kujadili ... nini kitafuata."

Kimya kizito kilitanda chumbani humo. Macho ya Kiano yalikutana na ya Amani na kwa silika wakashikana mikono, wakiona huzuni yao wenyewe ikionekana machoni pa kila mmoja.

"Jabari alikuwa mtu mzuri," baba Safiya alizungumza kwa sauti yenye msimamo na uzito, macho yake yakiwa yamemtazama Kiano. "Mume mwema, mwana mzuri. Lakini sasa..." akanyamaza, macho yake yakizunguka chumbani kabla ya kumtazama tena Kiano. "Sasa lazima tushughulikie suala la wake zake."

Kiano alihisi fundo tumboni mwake. Alijua wakati huu ulikuwa unakuja, alikuwa akiuwazia usiku kucha akilini mwake, lakini kwa kuwa ilikuwa hapa, alihisi kuwa hajajiandaa vizuri.

"Kiano," baba yake Imani alisema, akiwa na uwepo wa upole zaidi kuliko baba yake Safiya, akijinyoosha mbele kwenye kiti chake, "Najua kanisa lako la kisasa halilichukulii vizuri, lakini unajua kile unachopaswa kufanya."

Chumba kilionekana kushikilia pumzi yake, macho yote yakiwa yanamtazama Kiano. Alimeza mate, akihisi uzito wa mila na matarajio yakimsonga.

"Kwa kuwa kaka yako hakuwa na mtoto," baba yake Safiya aliendelea, sauti yake haikuleta ubishi, "ni jukumu lako kurithi wake zake, kuwaruzuku na kulea watoto kwa jina la kaka yako. Hivi ndivyo ilimekuwa daima miongoni mwa watu wetu. watu wetu na hata wachungaji wenu wa kigeni hawawezi kukataa kuwa haya yameandikwa katika sheria ya Musa."

Minong'ono ya makubaliano yalivuma chumbani. Kiano aliwatazama Safiya na Imani, akiona mchanganyiko wa matumaini na hofu machoni mwao. Hawakuwa wamepoteza mume tu, bali njia yao yote ya maisha. Kwa macho ya jamii yao, wao sasa walikuwa wajibu wake.

Mawazo ya Kiano yalizunguka kwa kasi. Alifikiria kuhusu kanisa lake, mafundisho aliyokuwa akiyapuuza kwa miaka kumi na tano iliyopita, wahubiri wa Magharibi ambao walishutumu ndoa za wake wengi, na viongozi wa kanisa ambao walikataa uanachama kwa familia zenye wake wengi. Alifikiria kuhusu mahubiri ambayo alikuwa amesikia juu ya mapenzi ya Mungu yanayodhaniwa kuwa na mke mmoja na akakumbuka familia chache zilizoumizwa njiani, zikigawanyika kwa ushauri wa kanisa.

Kisha akafikiria kuhusu Jabari. Alikumbuka mara nyingi ambazo kaka yake alimpa changamoto juu ya masuala haya haya, akisisitiza busara ya njia za jadi. Alikumbuka urafiki wa karibu kati ya Safiya na Imani, jinsi walivyoshirikiana kuunda nyumba yenye amani.

"Kiano?" Sauti nyororo ya Amani ilimrudisha kutoka kwenye mawazo yake. Alimgeukia akitafuta usoni mwake dalili yoyote ya kusita au kutoridhika. Lakini alichoona ni kuelewa tu, na uamuzi wa kimya ulioonekana kuakisi kile alichojua kuwa ni sahihi.

Akihema kwa kina, Kiano alilihutubia chumba hicho. "Umesema kweli," alisema huku sauti yake ikiwa imetulia licha ya mtafaruku moyoni mwake. "Hili ndilo linalopaswa kufanywa. Ni jambo pekee lenye heshima na la Kibibilia kufanya."

Pumzi ya pamoja ya faraja ilionekana kupita kwenye mkusanyiko huo. Mama alifuta machozi kwa kitambaa, huku Baba akiitikia kwa kutikisa kichwa.

"Lakini," Kiano aliendelea, akiinua mkono, "Sitajifanya kama hili litakuwa rahisi. Kanisa langu..." alikomea, ukubwa wa kile alichokuwa anataka kufanya ukimjia ghafla.

"Kanisa lako," Baba alisema, sauti yake ikiwa ya upole lakini imara, "sio familia yako. Sisi ndio familia yako." Akielekeza kidole kwa wale wajane wawili "Hao ndio familia yako."

Kiano aliitikia kwa kutikisa kichwa, akihisi mchanganyiko wa hofu na ujasiri. Hakukubaliliana na kauli ya kuwa kanisa si familia, lakini huu haukuwa wakati wa kubishana. Alikubaliana kwa dhati kwamba kuwajali wanawake hao lilikuwa jambo la maana zaidi kuliko kubaki kwenye kanisa fulani, hata kama alikuwa na mapenzi nalo sana. Aliwatazama Safiya na Imani, aliwatazama kwa umakini kwa mara ya kwanza tangu kifo cha Jabari. Sasa walikuwa familia yake, kwa mazuri au mabaya.

"Tutawasaidia kuhama kesho," alisema, akiwahutubia wajane moja kwa moja. "Kama ... ikiwa ni sawa na nyinyi wawili?"

Safiya na Imani walitazamana, mawasiliano ya kimya walivyozoea yakipita kati yao kwa muda mfupi. Imani ndiye aliyezungumza, sauti yake nyororo lakini ya kueleweka. "Asante, Kiano. Sisi ... tunashukuru."

Safiya alikubali kwa kutikisa kichwa. "Ndio. Asante kaka."

Wakati mkutano ulipokaribia kuisha, mipango ilifanywa kwa ajili ya kuhama. Kiano alijikuta ameduwaa, akiitikia kwa kutikisa kichwa huku mipango ikijadiliwa, akijaribu kufikiria jinsi maisha yake yalivyokuwa karibu kubadilika kwa kiasi kikubwa.

Baadaye, walipokuwa wakijiandaa kuondoka, Kiano alijikuta yuko peke yake na Baba pale ukumbini. Mzee aliweka mkono begani mwa Kiano, mkono wake ukiwa thabiti na wenye kutia moyo.

"Unafanya jambo sahihi mwanangu," alisema huku macho yake yaking'aa kwa machozi yaliyoshikiliwa. "Jabari angejivunia."

Kiano alihisi koo lake likikaza. "Natumai hivyo," aliweza kusema. "Mimi tu... sijui jinsi ya kuendelea na haya yote. Kanisa, jamii..."

Baba alikaza bega lake. "Una familia yako nyuma yako, Kiano. Kumbuka hilo. Na nitakuwa nawe daima kukusaidia."

Safari ya kuelekea nyumbani ilikuwa tulivu, mvua ikiwa imetulia na kuwa ukungu mwanana. Mawazo ya Kiano yalizunguka na uzito wa kile kilichokuwa mbele yao. Alimtazama Amani akivutiwa na utulivu wake.

"Je, Uko sawa na hili?" aliuliza kwa sati ya upole, hakutaka kuwaamsha Malik na Zuri waliokuwa wamelala kiti cha nyuma.

Amani alinyamaza kwa muda mrefu, macho yake yakiwa yameelekezwa mbele barabarani. Alipozungumza, sauti yake ilikuwa ya mawazo. "Sio kile nilichokiona kwa ajili yetu," alikiri. "Lakini ni jambo sahihi kufanya." Alimtazama kwa kumtia moyo "Siku zote nitaridhika ikiwa tunafanya mapenzi ya Mungu, na ndivyo tunavyofanya."

Kiano aljihisi akijaa upendo na shukrani kwa mkewe. Nguvu yake, hekima yake, uwezo wake wa kuona mambo makubwa zaidi—hizi ndizo sifa ambazo zilimvutia kwake mwanzoni, na ziliendelea kumstaajabisha.

Walipofika kwenye barabara kuu, hali halisi ya mazingira yao ilimpiga Kiano kwa ghafla. Nyumba yao ya kawaida yenye vyumba vitatu vya kulala yenye unyenyekevu, ghafla ilionekana kuwa ndogo mno. Wote wangelala wapi? Watashughulikiaje milo, ratiba, na mipango ya kila siku ya familia iliyoongezeka kwa ghafla?

Lakini alipokuwa akimsaidia Zuri aliyekuwa na usingizi kutoka ndani ya gari, mikono yake midogo ikiwa ikimzunguka shingoni kwa kujiamini, Kiano alijua kuwa ikiwa Mungu ndiye aliyemwita aongoze familia hii, familia hii yote, basi hiyo ndiyo nguvu Mungu angempa kufanya.

Ndani, Amani akiwaweka watoto kitandani, Kiano alijikuta akisimama mlangoni mwa chumba chao cha ziada. Ilikuwa imetumika kuhifadhi vitu, vikapu vya mavazi ya zamani na vitu vilivyosahaulika. Sasa, ingehitaji kusafishwa, kugeuzwa kuwa chumba cha kulala kwa Safiya na Imani.

Kazi iliyokuwa mbele yake ilikuwa ngumu, lakini Kiano alipoanza kuhamisha masanduku, alihisi kuna kitu kimemjia. Hii haikuwa tu kuhusu kutimiza wajibu wa kitamaduni au kufuata agizo la kibibilia. Ilikuwa ni kuhusu kuheshimu kumbukumbu ya kaka yake, kuhusu kutunza familia kwa maana halisi ya neno hilo.

Amani alijitokeza mlangoni akimtazama anavyofanya kazi. Bila kusema neno, aliingia na kuanza kumsaidia, wawili hao wakifanya kazi kwa utulivu. Walipokuwa wakisafisha chumba hicho, Kiano alihisi kana kwamba walikuwa wakifungua nafasi maishani mwao, wakitengeneza nafasi kwa ajili ya madiliko mapya ya familia yaliyokuwa yanawasubiri.

Baadaye wakiwa wamejilaza kitandani, nyumba ile ikiwa imetulia, Kiano alimgeukia Amani. "Asante," alisema kwa upole. "Kwa kuelewa. Kwa kuunga mkono jambo hili."

Amani alijiegemeza kwenye kiwiko cha mkono, macho yake yakiwa makini katika mwanga hafifu. "Tuko pamoja katika hili, Kiano. Tumekuwa siku zote, na tutakuwa daima. Huenda isiwe rahisi mwanzoni, lakini tutaweza. Walimpoteza mume wao. Wao ndio muhimu."

Kiano aliitikia kwa kutikisa kichwa huku akihisi uvimbe kwenye koo lake. Alimfikiria Jabari, mazungumzo waliyokuwa nayo kuhusu familia na mila. Alifikiria kuhusu Safiya na Imani, na kutokuwa na uhakika kulikokuwa ndani yao. Na akawaza juu ya watoto wake mwenyewe, juu ya mfano aliotaka kuwawekea kuhusu upendo, wajibu, na familia.

Alipokuwa karibu kusinzia, wazo la mwisho lilikuwa sala—ya kupata nguvu, hekima, na neema ya kuendelea kuvuka mawimbi ya changamoto zilizokuwa mbele yake.

Ilikuwa asubuhi wakati Kiano na Amani walipofika hadi nyumbani kwa Jabari. Jengo la kawaida la orofa mbili lilisimama kimya, ukumbusho wa maisha ambayo yalikuwa yamekatishwa ghafla. Kiano alipotoka nje ya gari, kumbukumbu za matembezi mengi na kicheko walichoshiriki zilimjia akilini.

Safiya na Imani walitoka kwenye mlango wa mbele, nyuso zao zikiwa na mchanganyiko wa huzuni na matarajio yenye tahadhari. Licha ya hali hiyo, Kiano hakuweza kujizuia kutambua jinsi walivyokuwa wakitembea kwa mshikamano, ishara ya urafiki wao uliokuwa umeimarika katika muda mfupi walipokuwa wake wenza.

"Habari za asubuhi," Kiano alisema kwa upole, akiwakaribia wanawake hao. "Je, mko tayari kwa hili?"

Safiya aliitikia kwa kutikisa kichwa huku macho yake yakiwa yameng'aa kwa machozi yasiyotoka. "Tuko tayari kadri tuwezavyo, nadhani."

Imani alimshika mkono Safiya kwa nguvu kidogo. "Tupo pamoja," alisema kwa ujasiri zaidi kuliko kawaida yake. "Hilo ndilo jambo muhimu."

Amani akasonga mbele, akiwakumbatia wanawake wote wawili kwa upendo wa dhati. "Na sasa una sisi pia," alisema, sauti yake iliyojaa upendo wa kweli. "Sisi ni familia."

Walipoanza shughuli ya kufunga na kuhamisha vitu, nyumba ikaja shughuli. Masanduku yalijazwa, samani zilifungwa, na kumbukumbu zikafufuliwa kwa kila droo iliyofunguliwa na rafu iliyoachwa wazi.

Kiano alijipata katika chumba cha kusoma cha Jabari, akifunga kwa makini mataji ya soka ya kaka yake yenye thamani. Alichukua picha moja ya zamani ya wawili, mikono ikizunguka mabega ya kila mmoja baada ya mechi kali. Tabasamu la Jabari lilikuwa pana na la kufurahisha, macho yake yaking'aa kwa furaha.

"Nimekukosa kaka," Kiano alijisemea kimya, akipitisha kidole gumba kwenye fremu. "Natumai nafanya lililo sahihi kwako."

"Angekuwa na fahari nawe, unajua."

Kiano aligeuka na kumkuta Safiya akiwa amesimama mlangoni, akiwa amebeba sanduku la karatasi mikononi mwake. Macho yake yalikuwa yameelekezwa kwenye picha iliyokuwa mikononi mwa Kiano, tabasamu la huzuni likicheza kwenye midomo yake.

"Jabari alikuheshimu sana," aliendelea, akiingia chumbani. "Alipendezwa na imani yako, kujitolea kwako kwa familia yako. Angekuwa na shukurani kujua unatutunza."

Kiano alihisi koo lake likibana kwa hisia. "Jabari alikuwa bora kati yetu," alisema kwa upole. "Natumai tu niweze kuishi kufikia mfano wake."

Safiya aliweka sanduku lake chini na kumgusa Kiano kwa upole mkononi. "Tayari unafanya hivyo," alisema, macho yake yakikutana na yake kwa joto lililofanya moyo wake kuruka mpigo mmoja.

Muda huo ulikatizwa na kicheko kutoka chini. Kiano na Safiya walitazamana kwa mshangao kabla ya kwenda chini kuchunguza.

Jikoni walimkuta Amani na Imani wakiwa wameinama kwa kicheko, machozi yakiwatoka. Kati yao juu ya kaunta palikuwa na jogoo wa vigae mwenye mwonekano wa ajabu, rangi zake angavu kiasi kwamba karibu zilikera kuziangalia.

"Hii ni nini kwa kweli?" Kiano aliuliza, akishindwa kuzuia kicheko kutoka kwa sauti yake.

Imani bado akicheka, akafuta machozi. "Ilikuwa zawadi ya harusi," alielezea. "Kutoka kwa shangazi yake Jabari. Aliichukia, lakini hakuwa na moyo wa kuitupa."

"Kila alipokuja kututembelea," Safiya aliongeza, akicheka zaidi, "alikuwa akiitoa kutoka nyuma ya kabati na kuiweka kwa onyesho. Kisha ingetoweka tena mara tu alipoondoka."

Kicheko kilipopungua, Amani aliinua jogoo na kumgeuza mikononi mwake. "Sawa," alisema kwa tabasamu lenye utani, "Nadhani kielelezo hiki kizuri kinastahili mahali pa heshima katika nyumba yetu mpya. mnakubali?"

Imani, ambaye kwa kawaida hakuwa mtu wa kufanya mzaha, aliongeza kwa kicheko, "Pengine atawafukuza wezi. Watadhani ni pepo mbaya inayoilinda nyumba."

Jikoni lilizidi kujaa na kicheko tena, sauti ya furaha ikijaza nyumba kwa joto ambayo haikujulikana kwa wiki kadhaa. Kwa muda mfupi, huzuni na wasiwasi wa hali yao vilififia, vikabadilishwa na furaha ya kumbukumbu na uhusiano mpya uliokuwa ukiota mizizi.

Siku ilivyoendelea, nyumba ilianza kuwa tupu polepole, kila sanduku na kipande cha samani kikionekana kuwa hatua moja kuelekea maisha yao mapya pamoja. Kiano alijikuta akistaajabishwa na urafiki rahisi uliokuwa kati ya wanawake hao watatu. Walifanya kazi pamoja kwa ufanisi, kama walivyofanya wakati wa kuandaa chakula cha jioni na kusafisha nyumbani kwa Jabari, kila mmoja akitambua mahitaji ya kila mmoja wao na kutoa msaada bila hata kusema neno.

Kufikia alasiri, sanduku la mwisho lilikuwa limepakiwa kwenye lori la kuhamisha. Kiano alisimama sebuleni iliyokuwa tupu, akiwa na uchungu wa kumbukumbu katika kifua chake. Nyumba hii haikuwa tu makazi ya Jabari; ilikuwa ni kama nyumba ya pili kwa Kiano na familia yake, mahali palipokuwa na milo mingi waliyojumuika pamoja, mijadala ya shauku, na kumbatio za upendo.

"Inaonekana ajabu, sivyo?" Sauti nyororo ya Imani ilipenya kwenye tafrija yake. Alisimama kando yake, macho yake yakitazama kuta tupu na nafasi zilizoachwa wazi. "Kuacha yote nyuma."

Kiano alikubali kwa kutikisa kichwa, hakuweza kupata maneno sahihi. Alihisi uzito wa jukumu ukiwa mzito zaidi mabegani mwake. Wanawake hawa walikuwa wamepoteza sio tu mume, bali pia nyumba, maisha ambayo walikuwa wameanza kujenga.

"Hatuachi yote nyuma," alisema hatimaye, akimgeukia Imani. "Tunachukua sehemu muhimu zaidi pamoja nasi. Kumbukumbu, upendo... Jabari daima atabaki kuwa sehemu ya familia yetu."

Macho ya Imani yalibubujikwa na machozi, lakini aliweza kutabasamu kidogo. "Asante, Kiano. Kwa kila kitu."

Safari ya kuelekea nyumbani kwa Kiano—nyumba yao sasa—ilijaa hisia za wasiwasi. Safiya na Imani walikaa kiti cha nyuma, mikono yao ikiwa imefungamana kwa nguvu. Amani aliendelea na mfululizo wa mazungumzo, akionyesha maeneo muhimu na kushiriki hadithi kuhusu mtaa huo.

Walipoelekea kwenye barabara ya kuingia kwa nyumba, Kiano alihisi wasiwasi mwingi. Huu ndio ulikuwa wakati wenyewe. Hakukuwa na kurudi nyuma sasa. Alimtazama Amani huku akipata nguvu kutokana na uwepo wake thabiti.

Mara baada ya lori la kuhamisha kumaliza kushusha mizigo na sanduku la mwisho kuwekwa chumbani—ambacho sasa lilikuwa chumba cha Safiya na Imani—Kiano alijikuta amesimama kwenye varanda ya nyuma na wanawake hao wawili.

Kiano alipumua kwa kina, akimgeukia Safiya. Alimtazama machoni, akiona mchanganyiko wa matumaini na wasiwasi ndani yake. Kwa sauti iliyojaa hisia, alisema, "Safiya, nitakuwa mume mwema kwako na nitakupenda hadi siku nitakapokufa."

Macho ya Safiya yalipanuka kwa ujasiri huku akijibu, "nitakuwa mke mwaminifu, na nitakupenda maadamu unaishi."

Kisha Kiano akamgeukia Imani, akirudia ahadi ile ile ya moyoni. "Imani, nitakuwa mume mwema kwako na nitakupenda hadi siku nitakapokufa."

Sauti ya Imani ilitetemeka kidogo huku akijibu, "Nitakuwa mke mwaminifu, na nitakupenda muda wote utakapoishi."

Uzito wa wakati huo ulining'inia hewani, ukubwa wa ahadi waliyoitoa ukiwakaba kwa joto kama blanketi la faraja. Kiano aliwatazama wanawake wote wawili, moyo wake ukiwa umejaa hisia changamano—upendo, wajibu, na nia thabiti ya kuheshimu imani waliyoweka kwake.

"Kila kitu kitakuwa sawa," alisema kwa upole, sauti yake ikijaa faraja. "Hii ni nyumba yenu sasa, na mmekaribishwa sana."

Haya hayakuwa maisha aliyokuwa ameyafikiria, bali ni maisha ambayo alikuwa amekabidhiwa. Kwa nguvu za Amani, imani ya Safiya na Imani, na kumbukumbu ya Jabari kumuongoza, alijua wangekabiliana na lolote litakalotokea wakiwa familia.

Mlango wa baraza ukafunguka, Amani akatoka nje akiwa na sinia ya chai moto iliyotoa mvuke mikononi mwake. "Nilifikiria tuwe na sherehe kidogo kabla ya Baba kuwaleta watoto," alisema, tabasamu lake likiwa na joto na la kukaribisha.

Walipokuwa wakinywa chai, nyota zikianza kumeta katika anga lenye giza, Kiano aliwatazama wanawake hao watatu ambao sasa walikuwa familia yake. Kila moja akiwa na upekee wake, kila mmoja akileta nguvu na mitazamo yao tofauti. Alifikiria kuhusu Malik na Zuri, na mfano wa upendo na kujitolea ambao wangekua wakishuhudia.

Jua la asubuhi lilichuja kwenye madirisha ya vioo vya ofisi ya kanisa hilo na Kiano alikuwa ameketi kando ya Amani, mikono yao ikiwa imeshikamana, wakipata nguvu kutoka kwa kila mmoja walipokuwa mbele ya Mchungaji David. Uso wa mishonari wa Kiamerika ulikuwa na wasiwasi, macho yake ya samawati yakiwa yamejaa huruma halisi.

"Pole sana kwa kufiwa," Mchungaji David alisema akijegemeza mbele kwenye kiti chake. "Jabari alikuwa nguzo ya jamii. Mnaendelea vipi?"

Kiano alikubali kwa kutikisa kichwa, maumivu ya kutokuwepo kwa kaka yake bado yakiwa mabichi. "Imekuwa ... ngumu," aliweza kusema, sauti yake ikiwa nzito na hisia. "Lakini tunaichukua siku moja baada ya nyingine."

Amani aliweka mkono wake juu ya wake, akimpa msaada wa kimya. "Jumuiya ya kanisa imekuwa nzuri sana," aliongeza, tabasamu lake likiwa na huzuni. "Chakula, maombi ... yote yana maana kubwa."

Mchungaji David aliitikia kwa kutikisa kichwa, uso wake ukiwa na joto. "Hivyo ndivyo familia katika Kristo ilivyo. Tuko hapa kusaidiana katika nyakati nzuri na mbaya." Akatulia, huku uso wake ukikunjamana kidogo. "Nimekuwa nikimaanisha kuuliza... ni nini kitakachowapata wake wa Jabari? Safiya na Imani, sivyo? Je, wana familia ya kukaa nao? Kanisa linaweza kusaidia ikiwa wanahitaji."

Kiano alihisi uwoga tumboni mwake. Huu ndio ulikuwa wakati ambao alikuwa akiogopa. Alimtazama Amani, akiona faraja machoni mwake, kisha akavuta pumzi ndefu.

"Kusema ukweli, Mchungaji" alianza, sauti yake ikiwa dhabiti licha ya moyo wake kupiga kwa kasi, "Safiya na Imani tayari wamepata msaada ... Kwa njia ya jadi."

Nyusi za Mchungaji David zilipanda juu, hali ya kuchanganyikiwa ilionekana usoni mwake. "Njia ya jadi? Unamaanisha nini kusema hivyo, Kiano?"

Kiano alijiweka sawa kwenye kiti chake, akitegemea imani iliyomfikisha kwenye uamuzi huo. "Kama kaka yake Jabari, ilikuwa ni wajibu wangu—wajibu wangu wa Kibibilia—kuwachukua wajane wake. Kuwaruzuku, kuwa... kuwaoa."

Kimya kilichofuata kilikuwa kizito. Uso wa Mchungaji David ulipitia mfululizo wa hisia—kuchanganyikiwa, kutoamini, na hatimaye, kufadhaika. "Kiano," alisema taratibu huku sauti yake ikiwa na hisia zilizodhibitiwa kwa ugumu, "unaniambia kuwa umewachukua Safiya na Imani kama wake zako?"

Kiano aliitikia kwa kutikisa kichwa, kidevu chake kikiwa dhabiti. "Ndiyo, Mchungaji. Nimefanya hivyo."

Mchungaji David aliegemea nyuma kwenye kiti chake, akipitisha mkono kwenye nywele zake zenye mvi. Alipozungumza tena, sauti yake ilijawa na huzuni na hasira iliyojificha. "Kiano, unajua hii ni kinyume na neno la Mungu. Kuoa wake wengi sio mpango wa Mungu kwa ndoa. Ni dhambi, wazi na bayana."

Kiano alihisi msukumo wa mfadhaiko ndani yake. Alikuwa ametarajia mwitikio huu, lakini bado iliumuumiza kusikia uamuzi wake—uamuzi uliofanywa kwa sababu ya kutii Maandiko—ukitupiliwa mbali kwa urahisi.

"Kwa heshima zote, Mchungaji," Kiano alisema, sauti yake ikiwa tulivu lakini thabiti, "Sikubaliani. Bibilia hailaani kile unachokiita ndoa ya wake wengi. Kwa kweli, wengi wa watu wa Mungu walikuwa na wake wengi kwa maelfu ya miaka."

Mchungaji David akatikisa kichwa huku uso wake ukiwa na kivuli cha hasira. "Hizo zilikuwa nyakati tofauti, Kiano. Mungu aliruhusu mazoea fulani katika Agano la Kale ambayo sasa tunajua si mapenzi yake kamili. Yesu aliweka wazi kwamba ndoa ni kati ya mwanamume mmoja na mwanamke mmoja."

Kiano aliinama mbele, macho yake yakiwa na msisitizo. "Alisema hivyo? Ni wapi hasaa Yesu alisema hivyo? Ni wapi, katika injili zote, Yesu alifuta sheria zake mwenyewe, ambazo ziliorodhesha ndoa ya wake wengi katika hali fulani? Alizungumza dhidi ya talaka, ndio, lakini hata mara moja hakuzungumza dhidi ya kuwa na wake wengi."

"Hiyo ni kwa sababu ilieleweka!" Sauti ya mchungaji David ilipanda kidogo. "Mpango wa Mungu kwa ajili ya ndoa uko wazi tangu mwanzo - Adamu na Hawa, si Adamu na Hawa na Sarah na Rachel."

Amani aliyekuwa kimya mpaka sasa aliongea. "Lakini Mchungaji, vipi kuhusu ndoa ya Walawi? Mungu aliamuru kwamba mwanamume aoe mjane wa kaka yake ikiwa hana mtoto. Sio hicho hasa Kiano anakifanya?"

Mchungaji David akamgeukia Amani, uso wake ukionyesha upole kidogo. "Amani, ninaelewa hii ni hali ngumu. Lakini hiyo ilikuwa sheria ya Agano la Kale, maalum kwa Waisraeli. Sasa Tuko chini ya agano jipya."

Kiano alihisi hasira ikimzidia. "Agano jipya ambalo halipingani na tabia ya Mungu wala kujali kwake kwa wajane na mayatima. Mchungaji, ungetaka nifanye nini? Niwafukuze Safiya na Imani? Niwaache bila ulinzi au riziki?"

"Hapana," Mchungaji David alisema, sauti yake ikionyesha kuchanganyikiwa. "Kanisa linaweza kuwasaidia. Kuna njia nyingine za kuwahudumia wajane bila ku—"

"Ku— nini?" Amani akakatiza, sauti yake sasa ikionyesha kukerwa. "Kwa ndoa? Tangu lini ndoa ikawa kama suluhisho la mwisho? Si ndoa ndio sababu hasa ya wanawake hao kuumbwa? Kwa nini, basi, tunaichukulia kama ya mwisho kwenye orodha ya mibadala iliyotengenezwa na mwanadamu? Wanayo haki ya kuwa na mume mwema kama mtu mwingine yeyote—"

Kiano aliweka mkono kwenye mkono wa mke wake, akiona kuwa alikuwa anaanza kukasirika. Amani, akiwa amegundua sauti yake imepanda, alinyamaza ili kuwaachia nafasi wanaume hao kujibu. Kiano akatikisa kichwa na kumtazama mchungaji, sauti yake ikiwa na msisitizo wa utulivu. "Hili si tu suala la kuwasaidia, Mchungaji. Inahusu familia na mapenzi ya Mungu kama yanavyofunuliwa katika Maandiko. Ni kuhusu kuheshimu kumbukumbu ya kaka yangu na kutimiza wajibu wangu kama Mkikuyu na kama Mkristo."

Uso wa Mchungaji David ukawa mgumu. "Kiano, samahani, lakini siwezi kuunga mkono jambo hili. Ndoa hizi mpya sio halali mbele ya macho ya Mungu au kanisa. Unahitaji kuwafukuza wanawake hawa na kutubu."

Kiano alihisi kana kwamba amepigwa kofi. Alisimama taratibu huku mwili wake ukiwa na msisimko wa hisia zilizodhibitiwa kwa taabu. "Niwafukuze?" alirudia, sauti yake ikiwa ya chini na hatari. "Mchungaji, kwa heshima zote, hilo halitafanyika. Safiya na Imani ni wake zangu sasa sawa na huyu mwanamke." Alionyesha kwa mkono kuelekea kwa Amani aliyekuwa ameketi kando yake "Niliweka ahadi mbele za Mungu kuwapenda na kuwalinda, na ninakusudia kuheshimu ahadi hiyo ya Bwana." Bwana anachukia talaka. Hakuna mahali tunapoambiwa kwamba Bwana anachukia ndoa. Sitawafukuza.

Amani naye alisimama. "Mchungaji David," alisema, sauti yake ikiwa tulivu lakini thabiti, "tulikuja hapa kwa heshima, kukufahamisha uamuzi wetu. Lakini hatukuja kuomba ruhusa yako au kibali. Hii ni familia yetu sasa, na hatutaitelekeza."

Uso wa Mchungaji David ulikuwa na kinyago cha majuto na hasira. "Samahani unahisi hivyo," alisema kwa sauti iliyokuwa na ugumu. "Lakini siwezi kuruhusu hili katika kanisa letu. Ikiwa utaendelea na utaratibu huu... sitakuwa na budi ila kuiweka jambo hili mbele ya wazee kwa hatua ya kinidhamu."

Kiano alihisi wimbi la huzuni likimzidi. Kanisa hili lilikuwa makao yake ya kiroho kwa zaidi ya muongo mmoja. Wazo la kuiacha nyuma lilikuwa chungu, lakini sio chungu kama wazo la kuisaliti familia yake.

"Basi tutakuondolea usumbufu huo," Kiano alisema, sauti yake ikiwa imejaa hisia. "Tutapata kanisa linaloamini Maandiko."

Bila kusubiri jibu, Kiano aligeuka na kutoka nje ya ofisi, Amani akiwa kando yake. Walipoingia kwenye mwanga wa jua wa Kenya wenye joto, Kiano alihisi mchanganyiko wa hisia zikizunguka ndani yake—hasira, huzuni, kukatishwa tamaa, lakini pia hisia ya kusadikishwa kwamba alikuwa akifanya jambo lililo sahihi.

Amani alikumbatia mkono wake, akavuta hisia zake. Macho yake yalijawa na mchanganyiko wa wasiwasi na fahari. "Uko sawa?" Aliuliza kwa upole.

Kiano alivuta pumzi ndefu, akihisi mvutano ukimtoka mwilini taratibu. "Nitakuwa sawa," alisema, akitabasamu kidogo. "Sio rahisi, kuacha yale tuliyoyajua kwa muda mrefu. Lakini tunafanya jambo lililo sahihi, Amani, najua hivyo."

Walipokuwa wakielekea kwenye gari lao, akili ya Kiano ilijaa mawazo ya siku zijazo. Kutafuta kanisa jipya, kueleza hali halisi kwa Malik na Zuri, na kukubaliana na changamoto za muundo wao mpya wa familia. Isingekuwa rahisi, lakini alipomtazama Amani, akiona msaada wake usioyumba kwenye kila ishara ya uso wake, alijua wangekabiliana nayo pamoja.

Safari ya kurudi nyumbani ilikuwa kimya, kila mmoja akiwa amezama katika mawazo yake mwenyewe. Walipofika kwenye barabara ya nyumba yao, Kiano aliwaona Safiya na Imani wakiwa mbele ya uwanja wakicheza na Zuri. Kicheko cha msichana huyo mdogo kilijaa hewani, kikiwa kama faraja kwa uzito uliokuwa katika moyo wa Kiano.

Imani alitazama juu walipokuwa wakiegesha, uso wake ukitokwa na tabasamu. Lakini Kiano na Amani walipokaribia, sura yake ilibadilika na kuwa ya wasiwasi. "Kila kitu kiko sawa?" Aliuliza, macho yake yakiruka kutoka kwa mmoja hadi mwingine.

Kiano alilazimisha tabasamu, hakutaka kuwalemea na maelezo ya pambano hilo. "Kila kitu kiko sawa," alisema huku akinyoosha mkono kuzisugua nywele za Zuri. "Mkutano ... wenye changamoto."

Safiya, ambaye kamwe hakuacha mambo bila kushughulikiwa, aliinua nyusi. "Mchungaji hakuipokea vizuri, sivyo?"

Amani alishusha pumzi huku akitikisa kichwa. "Hapana, hakufanya hivyo. Lakini hayo ni mazungumzo ya baadaye. Hivi sasa, nadhani sote tunaweza kufaidika na chamcha. Nani ana njaa?"

"Sisi sote." Safiya alisema kwa tabasamu la kujiamini. "Kwa nini unadhani tumekiandaa?"

"Kukiandaa? Tayari? Hakuna kazi ya kufanya?" Amani aliuliza kwa mshangao.

Imani alimshika Amani mkono na kuanza kumpeleka ndani huku akicheka. "Karibu kwa udada, malkia wangu."

Safiya alimshika mkono mwingine na wote wakacheka kwa raha walipokuwa wakiingia ndani kwa ajili ya kula. Kiano alisikia Safiya akimtania Amani kwa mbali. "Niambie. Ulipokuwa malkia wa ngome hii, kuna mtu yeyote aliyekuandalia chakula?" Alitabasamu wakati wanawake hao walipocheka pamoja, moyo wake ukachangamshwa na jinsi kipindi kizima cha mpito kilivyobarikiwa.

Walipokuwa wakiketi kula, Malik aliingia kwa kishindo kupitia mlango wa mbele, sare yake ya soka ikiwa imejaa vumbi na madoa ya nyasi. "Baba!" Alipaza sauti, uso wake ukiwa umejaa msisimko. "Kocha anasema wanataka kunipandisha nicheze kwenye timu ya shule ya upili!"

Kiano alibaki mdomo wazi, kisha akipiga kiganja chake kwenye meza kwa furaha. "Hiyo ni habari nzuri sana, mwanangu!" alisema huku akimpa ishara Malik ajiunge nao mezani. "Njoo, keti na utuambie yote kuihusu."

Malik alipokuwa akiwasimulia hadithi za ushujaa wake katika soka, Kiano alitazama meza nzima kwa utulivu. Amani, macho yake yaking'aa kwa upendo na fahari. Safiya na Imani, wakimsikiliza Malik kwa makini, nyuso zao zikiwa na hamu ya kweli. Zuri, akicheka kwa sauti kwa sababu ya ishara za kaka yake. Hii ilikuwa familia yake, nyumba yake, na hakuna kitu kingeweza kuchukua furaha ya kuwa sehemu ya jambo hili.

Maneno ya mchungaji yalijirudia akilini mwake - "Hizi 'ndoa' mpya si halali machoni pa Mungu au kanisani." Lakini akitazama tukio lililokuwa mbele yake,

Kiano alijua moyoni mwake kwamba haya ndiyo hasa aliyokusudia Mungu: upendo, msaada, familia—haya ndiyo mambo yenye umuhimu wa kweli.

Chakula kilipokuwa kikiisha, Kiano alisafisha koo lake, akivuta umakini wa kila mtu. "Kuna jambo tunahitaji kulijadili," alisema, macho yake yakikutana na kila mmoja kwa zamu. "Mkutano wetu na Mchungaji David... haukuenda vizuri. Huenda tukalazimika kutafuta kanisa jipya."

Kimya kilitanda mezani. Malik alitazama kwa mshangao, huku Safiya na Imani wakitazamana kwa wasiwasi. Amani ndiye aliyevunja kimya, sauti yake ikiwa tulivu na yenye faraja.

"Tulijua hii inaweza kutokea," alisema, akimshika Kiano mkononi kwa upole. "Lakini sisi ni familia. Tutakabiliana na hili pamoja, kama kila kitu kingine."

Safiya aliitikia kwa kutikisa kichwa huku macho yake yakiwa na dhamira. "Tutapata kanisa ambalo linaelewa. Labda tungezungumza na Mchungaji Muthomi."

Mchungaji Muthomi alikuwa kiongozi wa kanisa la kitamaduni walilokuwa wamehudhuria na Jabari kwa mwaka uliopita. Kiano alimfahamu, ingawa hakuwa karibu naye kama alivyokuwa Jabari.

Baada ya kufikiria kwa muda, Kiano alitazama kila mtu. "Ndiyo. Nafikiri tunapaswa kuzungumza na Mchungaji Muthomi."

Walipokubalia kimyakimya, Malik aliingilia kati. "Ningependa kwenda katika kanisa la Mjomba Jabari."

Kiano, akamtazama kwa udadisi. "Kwa nini, mwanangu?"

"Naam." Malik alijibu, kona ya mdomo wake ikianza kunyoosha tabasamu. "Wanavaa mavazi ya Kiafrika. Na tai ninayopaswa kuvaa kwetu inanikera sana."

Kila mtu alicheka na wakaanza kujiandaa kwa siku hiyo, wakiwa na maamuzi ya kumwalika Mchungaji Muthomi kuja kuzungumza nao.

Kiano aliketi akiwa amezungukwa na familia yake na mgeni wao mtarajiwa. Mchungaji Muthomi, mwanamume mwenye umri wa miaka sitini na nywele za mvi na macho ya fadhili yaliyokuwa na mikunjo kutokana na miaka mingi ya kicheko, aliegemea mbele kwenye kiti chake; shati lake refu, lenye rangi za kupendeza, lililoshonwa na wenyeji, likionekana tofauti na ngozi yake.

"Kwa hiyo, walikufukuza tu namna hiyo?" Mchungaji Muthomi aliuliza kwa sauti yake ya kina isiyo na shaka iliyojaa mchanganyiko wa kutoamini na huruma. "Baada ya miaka yako yote ya utumishi mwaminifu?"

Kiano aliitikia kwa kutikisa kichwa, akihisi ule uchungu na hasira ambazo zilikuwa rafiki zake wa kudumu tangu mkutano huo na Mchungaji David. "Hawakujaribu hata kuelewa," alisema, sauti yake ya chini lakini yenye uzito. "Ilikuwa kana kwamba kila kitu tulichoshiriki kwa miaka mingi halikuwa na maana yoyote mbele ya uamuzi huu mmoja."

Amani akiwa ameketi kando ya Kiano kwenye kochi aliushika mkono wake kwa upole. Safiya na Imani, wakiwa wamekaa kwenye kiti cha mapenzi kilichokuwa karibu, walitazamana kwa wasiwasi. Uzito wa changamoto yao ya pamoja ulitanda angani.

Mchungaji Muthomi akatikisa kichwa, tabasamu lenye huzuni likicheza midomoni mwake. "Pole kwa yote uliyopitia, ndugu yangu," alisema. "Lakini nataka ujue kuwa unakaribishwa kwa furaha katika kanisa letu. Kwa hakika tunaamini Bibilia, unajua." Macho yake yaliangaza kwa uchesi wa hali nzuri, akivuta kicheko kutoka kwa kundi hilo.

Kiano alihisi shukrani kwa kueleweka na kukubaliwa na mzee huyo. Pendekezo hilo lilikuwa la kuvutia— nafasi ya sehemu ya jumuiya ambayo haingemlazimisha kueleza uamuzi wake, bali ingemkumbatia na kuheshimu maamuzi yake.

Lakini kitu fulani kilianza kuchochea ndani ya roho ya Kiano, hali ya kutoridhika ambayo hakuweza kuiweka sawa. Alisimama ghafla, huku akitembea sebuleni mawazo yake yakikimbia. Wale wengine walimwangalia, huku wasiwasi ukitanda kwenye nyuso zao.

"Kiano?" Sauti ya Amani ilikuwa ya upole, ikimhoji. "Kuna nini?"

Mchungaji Muthomi alitabasamu. "Oh, nimeshaona hii hapo awali. Roho yake imechochewa ndani yake!"

Kiano aligeuka na kuwatazama, macho yake yakimeta kwa msisimko wa ghafla. "Wako wangapi?" Aliuliza, kwa sauti ya kunong'ona.

"Wangapi nini?" Imani aliuliza huku akiegemea mbele.

"Ni familia ngapi za Kiafrika zimeharibiwa na hii…hii itikadi ya 'mke mmoja tu' inayofundishwa na Wazungu?" Sauti ya Kiano ilipanda kwa kila neno, ikiwa na hisia ambazo hata yeye mwenyewe hakuzitarajia. "Ni ndugu na dada wangapi wamelazimishwa kuchagua kati ya imani yao na familia zao?"

Chumba kilikaa kimya, uzito wa maneno yake ukitanda kama blanketi nzito juu yao. Mchungaji Muthomi aliitikia kwa kutikisa kichwa taratibu, akitambua kwa macho yake kuwa pengine Mungu alikuwa akimwita Kiano kwa ajili ya wakati huu.

"Unataka kupigania hii," alisema. Haikuwa swali.

Kiano aliitikia kwa kutikisa kichwa, taya yake ikiwa na dhamira. "Siwezi kuondoka kimya kimya, Mchungaji. Sio wakati najua tunafanya jambo sahihi. Sio wakati nafikiri kuhusu wengine wengi ambao wanaweza kuwa wanakutana na mapambano kama yetu."

Safiya alisimama pia. "Nilimsikia mchungaji mmoja akisema kwamba hili ndilo suala kuu katika kanisa nchini Kenya." Alisema huku akielekea kusimama kando ya Kiano. "Kwa nini mtu asifanye jambo kuhusu hilo?" Aliushika mkono wa mume wake na kumtazama machoni kwa fahari kubwa.

Amani na Imani walijiunga nao, na kutengeneza duara la umoja na nguvu. Kiano alihisi wimbi la upendo na shukrani likimshika, likiimarisha azimio lake.

Mchungaji Muthomi aliwatazama, hisia za heshima na wasiwasi usoni mwake. "Ninavutiwa na dhamira yako, Kiano," alisema kwa makini. "Na ninaamini uko sahihi kutaka kutetea kile unachokiamini. Lakini..." Akanyamaza, akichagua maneno yake kwa makini. "Ingawa wewe ni Mkristo mzuri na unaijua Bibilia yako vizuri, najiuliza kama uko tayari kwa ajili ya ulinzi wa kitheolojia ambao kanisa litaufanya." Aliweka chai yake chini na kutikisa kidole chake juu na chini kwa Kiano "Wanatheolojia wao wa Kiamerika wanaweza kuwa na ushawishi sana. Alishusha pumzi na kuupiga mkono wake chini kwenye mguu wake. Na si hilo tu, bali wanaona tamaduni zao kuwa bora kuliko zetu. Si tu kuhusu kushinda kwao kwenye Maandiko. Ni kuhusu wao kujua kwamba Ukristo wa Kiafrika si duni kwa Ukristo wa Ulaya. Sehemu ya tatizo ni kwamba hawatuchukulii sisi Waafrika kwa uzito. Wanafikiri wana kila kitu cha kutufundisha na hakuna chochote cha kujifunza kutoka kwetu. Ninaogopa kuwa hawatakusikiliza kwa mioyo yao yote.".

Kiano alihisi mng'ao wa shaka, lakini ilizimwa haraka na cheche ya msukumo. Tabasamu la taratibu lilienea usoni mwake huku wazo likianza kujengeka.

"Labda," alisema, akimtazama Mchungaji Muthomi, "tunachohitaji ni Mmarekani wetu wenyewe."

Chumba kilikimya huku athari za maneno ya Kiano yakizikizidi kuzama akilini mwao, lakini Amani papo hapo alivaa tabasamu kubwa, akijua hasa ni nani Kiano alimaanisha.

Mchungaji Muthomi ndiye aliyekuwa wa kwanza kuzungumza, sauti yake na uso wake vikiwa na shauku ya kutaka kujua zaidi. "Unamzungumzia mzungu ambaye anasapoti wake wengi? Na kutoka Marekani, tena?"

Kiano aliitikia kwa kutikisa kichwa, akili yake ikishawishika na mawazo mengi. "Ndio, hasa mtu anayeweza kuzungumza lugha yao, ambaye anathamini utamaduni wetu, na anaweza kuwashinda hata bora wao katika Maandiko."

Akageuka na kumtazama Amani ili kupima mwitikio wake.

Alikuwa na tabasamu ambalo lilionekana kama lipo tayari kupasuka kwa hamu. "Unafikiri kweli atakuja kwa ajili yetu?"

"Naamini atakuja." Kiano alijibu kwa furaha, huku akiikamata na kushikilia mikono ya Amani, kisha akaiachia kwenda kutafuta kitabu chake cha mawasiliano.

Mchungaji Muthomi na wake wengine wawili walibaki wakitazamana kwa mshangao, wakishusha mabega kutokana na maendeleo ya kushangaza.

"Nimeipata!" Kiano alipiga kelele kutoka kwenye chumba kingine, na kusababisha wageni wake kutikisa kwa mshangao.

Akarudi mbio ndani akiwa na kadi ya biashara mkononi. Hakuna kilichoandikwa juu yake isipokuwa nambari ya simu ya U.S. na jina "Jack Hall," yenye nembo ya Bibilia nyuma yake.

"Kwa hiyo. Mpango wako ni kumleta mzungu kutoka Marekani aje atuokoe sisi Waafrika? Kupigania vita vyetu?" Mchungaji Muthomi alisema hayo kwa mzaha, lakini pia akikiri kwamba Waafrika hawakuhitaji 'mwokozi' kutoka nje kupigania vita zao.

"Sio kupigania vita zetu." Kiano alisema huku akielekeza kadi hiyo kwa mchungaji aliyeshangaa. "Bali kunifundisha kupigana nazo."

Uso wa Mchungaji Muthomi ulilainika, na kurudi kwenye udadisi wake wa zamani.

Kiano aliendelea. "Umesema ukweli, mchungaji. Watakuwa na hoja za ujanja zinazotumiwa na wanatheolojia wa Kiebrania wa Ulaya kwa karne nyingi. Naijua Bibilia yangu, ndiyo, lakini naogopa sina ufahamu mkubwa kama wao. Rafiki yangu Jack ni hodari katika Maandiko. Anaweza kunisaidia kujiandaa ili niweze kupigana kwa kutumia ushauri mzima wa neno la Mungu."

Mchungaji alitabasamu na kuwapa Sfiya na Imani kikumbo cha mwisho, ambao bado walikuwa na wakati mgumu kuamini kuwa mhusika huyu yupo. Kwa hayo alicheka na kusimama huku akimtazama Kiano kwa mshangao. "Huwezi kujua, nadhani. Mungu hufanya kazi kwa njia zisizoeleweka. Nadhani nitakuacha kwenye misheni yako kwa sasa."

Alitabasamu huku akipiga hatua chache kuelekea mlangoni, lakini akasimama kabla hajaufikia, akageuka nyuma kuiangalia familia hiyo. Macho yake yalikuwa na upendo na heshima. "Unajua," alisema, kwa sauti ya upole, "nilipofika hapa leo, nilifikiri ninakuja kutoa faraja na msaada. Lakini umenikumbusha jambo muhimu, Kiano. Wakati mwingine, Mungu hutuita sio tu kukubali dhuluma, lakini kusimama dhidi yake. Kuwa sauti kwa wale ambao hawawezi kujisemea wenyewe."

Alinyoosha mkono na akauushika mkono wa Kiano kwa nguvu. "Chochote unachohitaji, ndugu yangu, kanisa langu na mimi tutakuunga mkono. Vita hivi sio vyako tu - ni yetu. Ni kwa wale wote wanaoamini katika Mungu ambaye ni Mkuu wa Mwafrika vilevile kama alivyo mkuu wa marekani."

Mlango ulipofungwa nyuma ya Mchungaji Muthomi, Kiano aligeuka kutazama familia yake. Macho yao yaling'aa kwa mchanganyiko wa dhamira na upendo, yakionyesha hisia zilizokuwa zikisonga moyoni mwake. Kiano aliwatazama kila mmoja wao kwa zamu, akipata nguvu kutokana na msaada wao kwa safari iliyokuwa mbele yake.

Uwanja mdogo wa ndege wa Kenya ulikuwa na shughuli nyingi huku Kiano, Amani, Safiya, na Imani wakisimama karibu na lango la wawasili. Jua la alasiri lilipiga lami, na kusababisha mawimbi ya joto kupepea mbali. Macho ya Kiano yalikuwa yameelekezwa kwenye ile ndege ndogo iliyokuwa imetua hivi punde, propela zake zikipunguza mwendo na kusimama.

Amani aliubana mkono wa Kiano, sauti yake ikajaa furaha ya kuwaona marafiki zao wa zamani. "Ni muda mrefu sana hatujawaona. Unafikiri wamebadilika sana?"

Kiano akatikisa kichwa, tabasamu dogo likicheza midomoni mwake. "Nani? Jack na Sarah? Sidhani. Siwezi kumwona akigeuka kitu kingine chochote isipokuwa toleo lake lenye ujasiri zaidi."

Mlango wa ndege ulipofunguliwa na abiria kuanza kushuka, Kiano alihisi msisimko kifuani mwake. Safiya na Imani walitazamana, wasiwasi wao dhahiri katika jinsi walivyokuwa wakirekebisha na kulainisha nguo zao. Licha ya kujiamini kwa Kiano, hawakuwa na hakika jinsi wapenzi hao wa Kiamerika wangeitikia hali yao, ingawa Kiano alikuwa tayari amewaeleza kupitia simu.

Hatimaye, abiria wawili wa mwisho walionekana juu ya ngazi—wapenzi wa Kimarekani wenye umri wa miaka 30, wakiwa wamevalia suruali na fulana za kawaida. Mwanamume huyo, mrefu mwenye nywele fupi za kahawia, alimwona Kiano na familia yake mara moja. Uso wake ulianza kutabasamu huku akimgusa mke wake, mwanamke mdogo mwenye nywele za kahawia zilizopinda na macho ya kahawia yaliyometameta.

"Habari, marafiki!" Sauti ya Jack ilisikika kwenye lami kwa Kiswahili chenye lafudhi, ikivutia macho ya wasafiri waliokuwa karibu.

Sarah alijiunga naye kicheko chake kikipasuka huku akiwapungia mkono marafiki zao waliokuwa chini kwa furaha. "habari za asubuhi marafiki zangu!"

Kiano alihisi wimbi la joto ukimjaa aliposikia sauti zao. Ilikuwa imepita miaka mingi tangu waonane ana kwa ana, lakini wakati huo alijisikia kana kwamba hakuna muda umepita hata kidogo.

Jack na Sarah walishuka ngazi, msisimko wao ukionekana wazi. Walifika kwa Kiano na Amani kwa wingu la kumbatio na maneno ya furaha.

"Angalieni nyinyi wawili!" Sarah aliang'aa huku akimshika Amani kwa mikono miwili. "Hujazeeka hata siku moja!"

Jack alishika bega la Kiano, uso wake ukionyesha hisia za huruma. "Kiano, rafiki yangu. Pole sana kuhusu

Jabari. Tulisikia kupitia barua pepe ... Siwezi kufikiria jinsi ilivyokuwa ngumu."

Kiano aliitikia kwa kutikisa kichwa huku akihisi maumivu ya kawaida. "Asante, Jack. Imekuwa ... ngumu. Lakini Mungu amekuwa mwema kwetu, hata katika huzuni yetu."

Macho ya Jack yalielekea kwa Safiya na Imani, ambao walisimama kando kidogo, wakitazama muungano huu kwa mchanganyiko wa udadisi na wasiwasi. "Na hawa wanawake wazuri ni akina nani?" Aliuliza, sauti yake ikiwa nyepesi na tabasamu lake kubwa.

Huenda Kiano alikuwa na sababu nzuri ya kuwa na wasiwasi akiwa na Wamarekani wengine, kutokana na hali yake—lakini sio wakati huu. "Jack, Sarah... ningependa ukutane na Safiya na Imani. Hawa ni wake zangu niliowarithi kutoka kwa Jabari."

Jack na Sarah hawakukosa chochote. Tabasamu zao, kama lolote, ziliongezeka zaidi.

"Naam, Mungu asifiwe!" Jack alifoka huku akipiga hatua kwenda kuwakumbatia Safiya na Imani kwa zamu. "Ni baraka iliyoje kukutana nanyi wawili!"

Sarah akamfuata huku macho yake yakiangaza kwa uchangamfu. "Karibuni katika familia! Siwezi kusubiri kuwafahamu nyinyi wawili!"

Safiya na Imani walitazamana kwa mshangao huku wakikumbatiana, wazi wazi walikuwa wamejawa na mshangao kutokana na majibu yenye hamasa ya Wamarekani. Safiya, ambaye daima alikuwa mzungumzaji zaidi kati yao, hakuweza kuficha mshangao wake.

"Kiano," alisema, sauti yake ikiwa kali na ya kuchekesha. "Hawa ni wazungu wa aina gani? Walikunywa kwenye ndege?"

Jack alirudisha kichwa chake nyuma na kucheka, sauti nzito ya kunguruma ambayo ilionekana kutoka rohoni mwake. "Sisi ni aina maalum ya mzungu, dada yangu;" alisema, macho yake yakimetameta kwa ucheshi, "kizazi adimu kilichotunukiwa rangi ya ngozi isiyofaa wakati wa kuzaliwa."

Mvutano uliokuwa ukijikusanya kwenye mabega ya Safiya na Imani ulitoweka mara moja waliponyosheana macho. Kisha walijikuta wakicheka kwa pamoja, sauti zao zikichanganyika na vicheko vya Jack na Sarah na kuunda sauti ya furaha na utulivu.

Kiano alihisi moyo wake ukijaa shukrani. Alijua kwamba Jack na Sarah wangeelewa—ndio maana alikuwa amewafikia mara ya kwanza—lakini mapokezi yao ya haraka na bila shaka yaliimfanya kuwa na shukrani zaidi kuliko alivyotarajia.

Walipokuwa wakielekea kwenye eneo la kuchukua mizigo, mazungumzo yalitiririka kwa urahisi. Jack na Sarah waliwauliza Safiya na Imani maswali kuhusu maisha yao, mambo yanayowavutia na ndoto zao. Hakukuwa na dokezo la hukumu au usumbufu, bali tu udadisi wa kweli na uchangamfu. Jack na Safiya waliambiana maneno ya kejeli wakati wa mazungumzo yao, jambo ambalo wote wawili walikuwa wamelizoea sana. Imani kwa kawaida alijiunga na Sarah katika vicheshi vya kucheza vya kufumbua macho nyuma ya migongo yao.

"Jack," Kiano alisema huku wakisubiri jukwa la mizigo lianze. "Nina furaha kuwa watu kama wewe wapo katika ulimwengu huu. Natarajia utanisaidia kupigania ukweli."

Usemi wa Jack ulionekana kuwa mzito kwa muda mfupi. "Kiano, rafiki yangu, nchi za Magharibi zinasadiki kwamba Bibilia iliandikwa na Walami miaka miaka chache iliyopita. Hawawezi kusema hivyo, lakini ndivyo wanavyotenda. Wanaonekana kusahau kwamba hatukuileta Ukristo Afrika; Afrika ililete Ukristo kwetu pia wanashindwa kukumbuka kwamba zaidi ya nusu ya habari kuhusu ndoa katika Biblia zao iliwekwa na wanaume wenye wake wengi. Nilifurahi kuja. Zaidi ya hayo, naenda Ufilipino kuhubiri katika wiki chache, na hii ilimaanisha nitachukua njia nzuri."

Sarah alitabasamu kwa makubaliano. "Ikiwa kuna mtu anayeweza kukusaidia kupigana vita hii, ni Jack."

Walipokuwa wakipakia mizigo kwenye gari la Kiano, mazungumzo yakageuka na kuwa mada nyepesi— wakikumbuka nyakati za zamani, kushiriki hadithi za watoto wao, kucheka juu ya kumbukumbu walizoshiriki pamoja. Lakini chini ya urafiki wa kawaida, kulikuwa na mhemko wa msisimko na matarajio.

Safari ya kurudi nyumbani kwa Kiano ilijaa sauti za vichekesho na mazungumzo yenye mhemko. Jack aliwasimulia tena hadithi za matukio yake na ya Sarah katika sehemu mbalimbali za dunia, hadithi zake zikikamilishwa na maoni ya kiakili ya Sarah na marekebisho yake ya upole.

"Kumbuka wakati huo katika Yorubaland," Jack alianza, macho yake yakicheza kwa furaha, "tulipotangatanga kwa bahati mbaya kwenye boma la mzee wa kijiji?"

Sarah alitabasamu na kutoa mguno wa hali ya juu. "Oh, usinikumbushe. Sijawahi kuwa na hofu ya kuuawa maishani mwangu! Hatuwezi kamwe kukosea salamu hiyo tena!"

Wakiwa na hamu ya kujua, Safiya alilazimika kuuliza. "Basi, mlisemaje?!"

Sarah alijaribu kushikilia kicheko chake huku mashavu yake yakiwa mekundu. "Sikumbuki maneno kwa wakati huu." Aliweka mkono wake mdomoni ili kukidhi kicheko chake lakini akakoroma na kuanza kucheka hadithi yake yote, akijikuta akitoa kicheko kwa vipande vidogo. "Tulikuwa tumejifunza baadhi ya salamu za Kiyoruba na vishazi vya msingi vya injili. Tuliingia mahali ambapo hatukupaswa kuwa na huyu mzee mkuu mwenye nguvu alitufanya tuletwe kwake. Tulipofika pale..." Kicheko chake kilikuwa karibu kutoshikika kiasi kwamba alishindwa kupumua vya kutosha. "Tulipofika huko, alituomba tujitambulishe, na baada ya kumwambia majina yetu, tulijaribu kusema 'Tunamaanisha amani,' lakini tulichosema hasa ni, 'Dada yako ni chakula cha nguruwe.'"

Wakati huu, alijikuta akicheka kabisa na kuanguka juu ya magoti ya Imani kwenye kiti cha nyuma cha gari, huku Jack na wengine wakishindwa kujizuia na kujiunga naye.

Kiano alipokuwa akipitia mitaa yenye shughuli nyingi za Kiambu, alijikuta akistaajabia jinsi Jack na Sarah walivyoingia kwenye maisha ya familia yao kwa urahisi. Hakukuwa na shida, hakuna dalili kwamba walikuwa wageni. Ilikuwa ni kana kwamba walikuwa daima sehemu ya mtindo huu wa upendo na uhusiano.

Hatimaye walipofika nyumbani, Malik na Zuri walikimbia nje kwa mlango wa mbele, nyuso zao zikiwa na furaha. "Mjomba Jack! Shangazi Sarah!" walilia kwa pamoja, wakijitupa kwa Wamarekani.

Jack alimchukua Zuri mikononi mwake, akimzungusha huku akicheka kwa furaha. "Tazama wewe, mdogo wangu!" alikiri. "Umekua sana tangu tulipokuona mara ya mwisho!"

Sarah alimkumbatia Malik kwa nguvu, kisha akamshika kwa urefu wa mkono ili kumchunguza. "Na wewe, kijana, nasikia umekuwa mchezaji wa soka! Tulisikia kuhusu pasi yako ya kushinda mchezo msimu uliopita. Hongera!" Aliinua mkono wake, ambao Malik alikutana nao kwa furaha, wakisalimiana kwa nguvu. Baadaye jioni hiyo, baada ya chajio uliojaa simulizi na vicheko zaidi, Kiano alijikuta ameketi kwenye kibaraza cha nyuma na

Jack. Hewa ya usiku ilikuwa ya baridi na yenye harufu nzuri yenye harufu ya maua ya jasmine inayochanua.

"Unajua," Jack alisema, sauti yake ikiwa na mawazo, "wakati ulipotufikia kuhusu hali yako, nilikuwa nimechanganyikiwa. Si kwa sababu yako, bila shaka, bali kwa mawazo finyu ambayo yalisababisha hili."

Kiano aliitikia kwa kutikisa kichwa, akielewa vizuri sana. "Imekuwa... changamoto. Kujaribu kupatanisha imani yetu na mafundisho tuliyopewa. Makanisa mengi sana hapa yameathiriwa na wamishonari wa Magharibi kwa muda mrefu ...Ni kama wameamini uongo kwamba tamaduni za Magharibi ni tamaduni za Kikristo. Sijui jinsi ya kubadilisha hilo mwenyewe."

Jack aligeuka kumtazama, uso wake ukiwa na umakini. "Kiano, kile unachokifanya—kusimama kwa ajili ya familia yako, kwa ajili ya tamaduni zako, kwa tafsiri sahihi ya maandiko—ni muhimu. Muhimu zaidi kuliko unavyoweza kutambua."

"Unamaanisha nini?" Kiano aliuliza, akiwa na shauku.

"Fikiria," Jack alisema, akijiegemeza mbele. "Ni Wakristo wangapi wa Kiafrika wameambiwa kuwa miundo ya familia zao za jadi ni dhambi? Na si Afrika tu. Mashariki ya Kati, Asia, visiwa vya bahari ya kusini. Wamewalazimisha wangapi kuchagua kati ya imani yao na familia yao kwa jina la 'mke mmoja tu'? Wangapi Waafrika wanaketi wakiwa wamechoka kwenye makanisa yao wenyewe kwa sababu nyimbo za Wesley ndio 'njia sahihi' ya kuabudu? Sikiliza. Napenda Wesley kama mtu mwingine yeyote, lakini wakati mwingine ndugu lazima acheze mbele za Bwana."

Kiano alitikisa kichwa juu chini mara kadhaa, akicheka kwa kukubaliana.

"Jambo ni hili," Jack aliendelea. "Hii sio tu kuhusu ndoa ya Kibibilia. Ni juu ya kila kitu cha Kibibilia. Watu wengi sana wanaruhusu Magharibi kuwaambia jinsi ya kutafsiri Bibilia - ambayo, hakuna njia mbili juu yake, Magharibi imetoa wahubiri na wanatheolojia wa ajabu - lakini hawana mtazamo wa kitamaduni. Amerika ndio tamaduni mpya zaidi ulimwenguni, lakini inadai kuwa na haki ya kueleza desturi za ndoa za tamaduni za zamani zaidi ulimwenguni. Ni yenye kiburi, ujinga, na utumiaji mbaya wa neno la Mungu. Mungu hakuwa na mkanganyiko aliporuhusu watu Wake kuoa kwa uhuru kwa maelfu ya miaka. Musa, ambaye alikuwa na wake watatu mwenyewe, hakuwa na mkanganyiko alipokuwa akiandika simulizi la uumbaji. Tunachohitaji ni kuchukua Maandiko jinsi yalivyo, si jinsi yanavyopaswa kuwa ili kutoshea katika hadithi za Disney. Ndicho kilicho hatarini hapa. Maandiko Pekee."

Kiano alihisi cheche ya utambuzi ikiibuka ndani yake. Hiki ndicho hasa alikuwa akihisi, lakini hakuwa na uwezo wa kukisema kwa maneno.

Jack aliendelea, sauti yake ikiongezeka kwa msisimko. "Kwa kupinga tafsiri hii, hupiganii tu familia yako mwenyewe. Unapigania haki ya Wakristo wa Kiafrika popote walipo kutii Neno na kuoa kama Mungu alivyokusudia, iwe wanachukua mke mmoja au zaidi. Bila kusahau familia zote ambazo unaweza kuokoa. Najua sana makanisa ya 'kisasa' hapa yanayolazimisha wanaume kuwapa talaka wake wote isipokuwa wa kwanza. Ni machukizo, Kiano. Na naamini Mungu ameweka vita hii ndani yako ili kuokoa maisha."

Maneno ya Jack yalipozama akilini mwa Kiano, alihisi uzito ukiinuka mabegani mwake. Hii haikuwa tu kuhusu yeye, au hata familia yake. Ilikuwa kuhusu jambo kubwa zaidi—nafasi ya kuziba pengo kati ya imani na utamaduni, kupinga dhana potofu zenye madhara, na kufungua njia kwa Ukristo wenye nguvu na wa Kibiblia zaidi katika Afrika Mashariki.

Ndani ya nyumba, aliweza kusikia sauti za kicheko na mazungumzo. Sauti ya Amani yenye mvumo wa uimbaji ilijumuika na lafudhi ya Kimarekani ya Sarah, huku Safiya na Imani wakimtania Malik kwa upole, sauti zao zikipenya kupitia madirisha yaliyo wazi.

Hiki, Kiano aligundua, ndicho walichokuwa wakipigania. Sio tu haki ya kuishi wanavyotaka, bali pia haki ya familia zote kama yao kuishi bila aibu au hukumu. Kutambuliwa kama vielelezo halali vya upendo na kujitolea, vilivyobarikiwa na Mungu na kukubalika na jamii zao.

Kiano alipoungana tena na Jack ndani ya nyumba, alihisi msukumo wa dhamira. Kwa msaada wa Jack na Sarah, pamoja na nguvu ya familia yake nyuma yake, alikuwa tayari kukabiliana na changamoto hii. Sio tu kwa ajili yao, bali kwa ajili ya wale wote waliolazimishwa kunyamaza, kuaibishwa, au kulazimika kuchagua kati ya imani yao na familia yao.

Adhuhuri, hewa ndani ya nyumba ya Kiano ilikuwa imejaa harufu nzuri ya chamcha kilichopikwa kwa ustadi, na sauti ya vyombo vikiondolewa. Kiano aliegemea kiti chake, macho yake yakimfuatilia Amani alipokusanya sahani kwa ustadi wa miaka mingi.

"Unajua," Amani alisema, huku macho yake yakiwa na mwanga wa mzaha, akijua kuwa mume wake alikuwa akisikia. "Ningeweza kuzoea hii, kuwa na mume tajiri. Kusafisha hakujawahi kuwa rahisi." Aliwakonyezea macho Safiya na Imani, ambao walicheka huku wakimsaidia kubeba vyombo hadi jikoni.

Kiano alitikisa kichwa, tabasamu likicheza midomoni mwake. Alistaajabishwa na jinsi wake zake walivyobadilika kwa urahisi na kuzoea mfumo mpya wa familia yao, wakipata furaha na mshikamano katika majukumu wanayoshirikiana kuendesha familia yao.

Wanawake hao walipotoweka jikoni, kicheko na maongezi yao yakififia na kuwa mlio wa kupendeza, Kiano alielekeza mawazo yake kwa Jack. Mmarekani huyo alikaa mbele yake, mwili wake ukiwa umetulia lakini macho yake yakiwa makini.

"Jack," Kiano alianza, sauti yake ikiwa ya chini na ya dhati, "Siwezi kukushukuru vya kutosha kwa kuja. Najua ni ombi kubwa, hasa kwa muda mfupi kama huu."

Jack alipunga shukrani hizo kwa ishara ya mkono kwa upole. "Kiano, rafiki yangu, huna haja ya kunishukuru. Ulipotufikia, Sarah na mimi tulijua tulipaswa kuja. Hatungeweza kufurahia zaidi kuwa hapa."

Kiano aliitikia kwa kutikisa kichwa, hisia mchanganyiko za faraja na matarajio zikijaa kifuani mwake. Aliegemea mbele, akiweka mikono yake juu ya meza. "Nimekuwa nikijaribu kujiandaa, kukusanya mawazo na hoja zangu, lakini..." Alinyamaza kwa muda, akitafuta maneno sahihi.

Macho ya Jack yalilegea kwa kuelewa. "Lakini ni ngumu pale ambapo ni jambo la kibinafsi, sio? Pale ambapo ni familia yako, maisha yako yakiwa hatarini?"

"Kweli," Kiano alisema huku akivuta hewa. "Kila mara ninapojaribu kuifikiria kwa mantiki, najikuta nikiwa na hasira au kufadhaika. Wanawezaje kutoiona? Wanawezaje kupuuza maelfu ya miaka ya utamaduni kwa sababu tu wamishonari fulani wa kigeni waliwaambia hivyo?"

Jack aliitikia kwa kutikisa kichwa uso wake ukiwa na mawazo. "Ni suala nzito, bila shaka. Lakini ndiyo maana niko hapa, ndugu. Kukusaidia kuvuka haya mawimbi, kukusaidia kupata silaha za Kibibilia unazohitaji kupigana vita hivi."

Kiano alihisi mwongezeko wa shukrani kwa uwepo na utaalamu wa rafiki yake." Tunaanzia wapi?" Aliuliza huku akiwa na na hamu ya kuanza.

Jack aliegemea nyuma, vidole vyake vikigonga meza taratibu. "Kwanza, tunahitaji kuelewa hoja zao kwa kina. Ni mistari gani maalum wanayotumia kukemea ndoa za wake wengi? Ni muktadha gani wa kihistoria na kibiblia wanaoupuuza? Mara zote wanaanza na maneno ya Yesu kwa Mafarisayo kuhusu talaka..."

Jack alipokuwa anaongea, Kiano alijikuta akifikia daftari na kalamu. Akaanza kuandika hoja, mwandiko wake ukiwa wa haraka na thabiti. Maneno ya Jack yalitiririka kwa urahisi, miaka ya masomo na shauku ikidhihirika katika kila sentensi.

"Tutahitaji kushughulikia dhana potofu za kawaida," Jack aliendelea. "Wazo kwamba ndoa ya mke mmoja ndiyo ilikuwa mpango pekee wa Mungu tangu mwanzo, dhana kwamba Yesu au Paulo walishutumu ndoa za wake wengi, mkanganyiko wa kanuni za kitamaduni za Magharibi na maagizo ya Biblia. Aya ya 'Nao wawili watakuwa mwili mmoja' ndio mstari wa nje ya muktadha watakaotumia. Halafu itafuata kauli kuhusu kuunganishwa na 'mke' wake, si 'wake' zake."

Kalamu ya Kiano ilipita kwenye ukurasa, ikirekodi hoja na maswali muhimu. Alipokuwa akiandika, alihisi hali ya uwazi ikianza kujengeka. Mkanganyiko wa hisia na mabishano katika akili yake yalianza kujipanga katika muundo thabiti.

"Lakini sio tu kushinda mjadala wa kitheolojia," Jack aliongeza, sauti yake ikilegeza. "Ni kuhusu kuwasaidia kuona athari za kimaisha za msimamo wao. Familia zinavunjika. Hatupigani kushinda mjadala ili tujihisi vizuri. Tunajaribu kuokoa maisha."

Kiano akatulia katika maandishi yake, akamtazama Jack. "Tunawezaje kufanya hivyo bila kuonekana kana kwamba tunabishana?"

Jack alitabasamu, mchanganyiko wa ucheshi na dhamira machoni pake. "Nani, rafiki yangu, alisema chochote kuhusu kutoonekana tunabishana?"

Kiano alicheka, akifurahia hakikisho la mara kwa mara kwamba rafiki yake alikuwa vilevile kama alivyokuwa kila wakati.

Jack aliendelea. "Unadhani kweli nilisafiri nusu ya dunia ili nipige hatua kidogo? Hakuna nafasi. Sitoki hapa mpaka mjumbe mweupe wa bodi atoke nje ya kanisa akiwa mwekundu kuliko nyanya."

Wote wawili walishiriki kicheko kizuri kuhusu mlinganisho huo pamoja.. Wakiwa wanajiandaa kurudi kwenye masomo yao, ghafla sauti ya vicheko ilisikika kutoka jikoni, iliyochagizwa na sauti ya Malik iliyopinga dhihaka fulani ya kirafiki. Kiano na Jack walitulia, wakishiriki tabasamu kwa kelele za furaha.

"Hilo ndilo tunalopigania," Kiano alisema kwa upole, akionyesha ishara kuelekea jikoni. "Kicheko hicho, upendo huo, hisia ya kuwa sehemu ya familia."

"Basi wacha tuhakikishe wanakisikia, rafiki yangu. Wacha tuhakikishe wanaona utukufu wa Mungu katika ukweli huu."

Kwa hivyo, walimaliza masomo yao ya usiku na nyumba ikatulia kwa ajili ya kulala. Jack na Sarah walilala kwenye makochi pale sebuleni huku wakifurahia mbwembwe zao za kawaida kabla ya kulala, wakijaribu kunyamaza ili wasimwamshe mtu yeyote. Kesho ilikuwa Jumapili na ilikuwa siku kubwa kwa Kiano, kwani ilikuwa siku ambayo angekabiliana na mchungaji wake hadharani kuhusu suala hilo.

Jua la Jumapili asubuhi lilikuwa liliwaka kupitia madirisha ya vioo vya kanisa. Mchungaji mkuu, Mchungaji Kwamin, alizungumza kwa azma. Sauti yake ilisikika katika mahali patakatifu, maneno yake yakitua kwenye masikio ya waliosikiliza kwa makini alipoelezea fadhila za upendo wa Kikristo.

Kiano alisimama nyuma ya kanisa, moyo wake ukipiga kifua chake kwa mapigo ya haraka. Jack alisimama kando yake, akiwa na uwepo wa kumfariji katika dhoruba ya hisia zilizojaa kutishia kumshinda. Walichelewa kufika, waliingia bila kujulikana wakati mahubiri yalipokuwa kileleni.

"Kumbuka," Jack alinong'ona, sauti yake ikijitahidi kusikika juu ya hotuba ya mchungaji, "Bwana yu pamoja nawe."

Kiano aliitikia kwa kutikisa kichwa, taya lake likiwa limejizatiti kwa azma. Akashusha pumzi ndefu huku akihisi uzito wa uamuzi wake ukimkandamiza. Hii ilikuwa ni sasa. Hakukuwa na kurudi nyuma tena.

Wakati sauti ya Mchungaji Kwamin ilipoongezeka, ikijenga hadi hitimisho lake, Kiano alitembea nusu ya njia ya ukumbi wa katikati. Sauti yake, wazi na yenye nguvu, ilikatiza hewani kama kisu.

"Kile mnachofanya kwa familia ni makosa!"

Madhara yalikuwa ya papo hapo. Pumzi za mshangao zilienea kwenye umati wa waumini, vichwa vikigeuka ghafla kutafuta chanzo cha kizuizi hicho. Mchungaji Kwamin aliganda akiwa katikati ya sentensi, macho yake yakipanuka alipomwona Kiano amesimama katikati ya ukumbi.

Kiano alihisi mamia ya macho yakimwangalia, lakini aliendelea kumtazama Mchungaji Kwamin bila kuyumbishwa. "Sitakubali kimya kimya uamuzi wa kanisa kuhusu kuwa na wake wengi," aliendelea, sauti yake ikiongezeka nguvu na kila neno. "Ninakutaka katika mjadala wa hadhara wiki ijayo, mbele ya kanisa lote, ili kusuluhisha suala hili mara moja."

Minong'ono ilienea kwenye umati, ikizidi kuwa kubwa kadri sekunde zilivyozidi kupita. Uso wa Mchungaji Kwamin ulibadilika rangi kuwa mwekundu, mchanganyiko wa hasira na mshtuko ulionekana usoni mwake.

"Kiano," alisema, sauti yake ikiwa na mkazo akijaribu kudumisha utulivu, "hii si wakati wala mahali pa... fujo kama hizi. Tafadhali, tujadiliane kwa faragha baada ya ibada."

Lakini Kiano alisimama imara, akitiwa moyo na minong'ono ya msaada aliyosikia kutoka kwa waumini. "Hapana! Mambo yamekuwa yakifanyika kwa faragha kwa muda mrefu. Ni wakati mafundisho haya haribufu yashughulikiwe waziwazi."

Wachungaji wawili wasaidizi waliharakisha kutoka jukwaani, nyuso zao zikiwa na wasiwasi. Walisimama upande wa Mchungaji Kwamin, wakizungumza kwa sauti ya chini na yenye haraka. Kiano aliweza kuona mgogoro ukicheza usoni mwa mchungaji mkuu—tamaa ya kukomesha changamoto hii ikipambana na hofu ya kuonekana hana busara mbele ya waumini wake.

Kadri minong'ono ilivyozidi, vipande vya mazungumzo vilimfikia Kiano.

"...ni wakati mtu aseme wazi..."

"...binamu yangu alilazimika kuwaacha wake zake..."

"...iliwatenganisha wazazi wangu..."

Kiano aligundua kwa ghafla, kama radi iliyomgonga. Hakuwa peke yake katika mapambano haya. Hadithi yake ilikuwa moja tu kati ya nyingi, uzi mmoja katika pazia la maumivu na kuchanganyikiwa lililosukwa na mafundisho yenye nia njema lakini yaliyopotoka.

Mchungaji Kwamin alinyanyua mikono yake, akijaribu kunyamazisha kelele zilizozidi kuongezeka. "Ndugu na dada, tafadhali. Hivi sivyo tunavyotakiwa kujiendesha katika nyumba ya Mungu." Akimgeukia Kiano, sauti yake ikionyesha huruma huku tabasamu la kiburi likichomoza. "Kiano, ninaelewa umeudhika, lakini—"

Jack, akitambua kuwa mchungaji alikuwa akipuuza hali hiyo, alisonga mbele, kimo chake kirefu kikivuta macho yote kwake. Sauti yake ilikuwa thabiti kama chuma na ilibeba alama za mamlaka ya kiroho, ikikata vurugu ile.

"Mnajua nini tatizo la mchungaji wenu?" alisema, macho yake yakizunguka kwa waumini kabla ya kumkazia Mchungaji Kwamin. Kisha akamnyooshea kidole. "Mara moja mtumwa wa mzungu, daima mtumwa wa mzungu!"

Ukumbi ulitulia kimya, uzito wa maneno ya Jack ukining'inia hewani. Uso wa Mchungaji Kwamin ulififia, macho yake yakiwaka kwa ghadhabu.

"Unathubutuje," aligugumia, utulivu wake ukivunjika alipogonga mimbari kwa upande wa ngumi yake. "Mimi ni mtumwa wa Kristo peke yake!"

Jack hakurudi nyuma. Alisogea hatua nyingine mbele, sauti yake ikisikika kila kona ya kanisa. "Na hapa uko, ukiwakandamiza wanawake wa Kiafrika na kuharibu familia za Kiafrika kwa sababu mzungu alikuambia kuwa mila zao ni takatifu zaidi kuliko zako. Hii kwangu ni sawa na utumwa!"

Maneno hayo yaligonga lengo. Kiano aliweza kuona athari ikienea kwa waumini, nyuso zikijaa shaka, paji za nyuso zikikunjana kwa mawazo. Hata baadhi ya wazee wa kanisa walibadilika na kuonekana hawana raha kwenye viti vyao.

Vidole vya Mchungaji Kwamin viligeuka kuwa vyeupe alipokaza mimbari kwa nguvu. Macho yake yalirukaruka kutoka uso mmoja hadi mwingine, akitafuta msaada lakini alikuta tu kuchanganyikiwa na kutoridhika. Kiano alihisi huruma kwa mtu huyo, hata aliposimama imara kwenye msimamo wake.

"Hii... hii ni ya kushangaza," Mchungaji Kwamin alisema, sauti yake ikitetemeka kidogo. "Hatuwezi kuvumilia tuhuma zisizo na msingi na changamoto kama hizi. Ibada hii imekwisha. Tafadhali, kila mtu aende nyumbani na—"

Lakini maneno yake yalizimwa na sauti za umati wa waumini. Watu walisimama, wakipaza sauti zao wakitaka mjadala ufanyike, wakidai majibu ya maswali yaliyokuwa yakizimwa kwa muda mrefu.

"Waacheni wazungumze!"

"Tunastahili kusikia pande zote mbili!"

"Na kama wako sahihi?"

Kiano aliangalia jinsi utaratibu uliodumishwa kwa uangalifu wa ibada ulivyofifia na kuwa kelele za sauti na mchanganyiko wa hisia. Hakutarajia kiwango hiki cha msaada, njaa hii ya majibu ambayo kwa hakika ilikuwa imetanda kwa muda mrefu sana.

Mchungaji Kwamin alijadiliana haraka na wachungaji wake wasaidizi, nyuso zao zikiwa zimejaa wasiwasi. Kiano aliweza kuona wakati ule ambapo nguvu ya kupigana ilimwondoka mchungaji mkuu. Kwa mabega yaliyolegea kwa kushindwa, Mchungaji Kwamin aligeuka tena kuangalia umati wa waumini.

"Sawa basi," alisema, sauti yake ikiwa dhaifu ikilinganishwa na makelele. Alisafisha koo lake na kujaribu tena. "Sawa basi! Ikiwa hili ndilo kanisa linataka, basi tutakuwa na mjadala huu. Ijumaa ijayo jioni, hapa katika kanisa."

Shangwe na vifijo vilisikika kutoka kwa wengi katika umati, wengine wakikaa kimya kwa mshangao. Mwanahabari mmoja wa Kimarekani aliyekuwepo alishangaa, alichukua simu yake mfukoni kuandika jambo. Kiano alihisi mkono begani mwake na alipogeuka alimwona Jack akimwangalia kwa tabasamu. "Sikuweza kukuruhusu kuwa na furaha yote." Jack alisema kwa utani. "Lakini sehemu ngumu ndiyo inaanza sasa. Tuna kazi ya kufanya."

Waumini walipoanza kutoka, sauti za mazungumzo ya furaha na minong'ono ya wasiwasi zilijaa hewani. Kiano alijikuta amezungukwa na watu. Wengine walitoa maneno ya kutia moyo, huku wengine wakiuliza maswali au kushiriki hadithi zao za mapambano na mafundisho ya kanisa.

Katikati ya hayo yote, Kiano alimwona Mchungaji David, yule mzee aliyelaani ndoa zake hapo awali katika ofisi ya kanisa, akielekea upande wao. Uso wa mzee huyo ulikuwa umejaa hisia mchanganyiko—hasira, hofu, na kitu kilichoonekana karibu kama udadisi.

"Kiano," Mchungaji David alisema alipowafikia, sauti yake ikiwa chini na yenye kudhibitiwa kwa nguvu. "Natumai unaelewa kile ulichokifanya hapa leo. Mvurugo ambao umesababisha..."

Kiano alikutana na macho ya mchungaji wake kwa uthabiti. "Naelewa, Mchungaji. Na ninasikitika kwa usumbufu uliotokea. Lakini hili limecheleweshwa kwa muda mrefu. Familia nyingi sana zimeumia kimya kimya. Ni wakati tuzungumze suala hili kwa uaminifu na uwazi."

Macho ya Mchungaji David yalielekea kwa Jack, na alama ya chuki na hofu ikionekana usoni mwake kwa muda mfupi. "Na wewe... Unayo ujasiri mwingi kufanya kile ulichofanya hapa leo kijana."

Jack alitabasamu, nguvu katika uso wake ikimtisha yule mzee aliyekuwa na mashaka. "Naam, sawa. Hicho ndicho kinachowatenganisha wana wa Mungu na wavulana wanaocheza kanisani. Ujasiri."

Jack akamgeukia Kinao. "Nitasubiri nje." Alimgonga mgongoni kisha akageuka kuelekea nje ya milango ya ukumbi.

Kabla Kiano hajaondoka, Mchungaji Kwamin alimwita jina lake. "Ndugu Kiano." Alitembea hadi alipokuwa. "Una uhakika unataka kufanya hivi, rafiki yangu wa zamani?"

Kiano alibaki imara, ingawa ndani yake kulikuwa na shaka kidogo juu ya uwezo wake. "Ndio, nina uhakika."

"Ijumaa jioni basi," alisema, sauti yake ikiwa nzito lakini si yenye uhasama tena. "Natumai umejiandaa."

Mchungaji Kwamin alipokuwa akiondoka, Kiano alihisi uzito wa kile walichokuwa wameanzisha ukimzunguka. Aligeuka ili kumfuata Jack, ambaye alikuwa akitembea kupitia eneo la maegesho.

Walipokuwa wakielekea kwenye gari, Kiano alijihisi akiwa na hamu ya kurudi nyumbani, ili kuwapasha habari Amani, Safiya, na Imani. Haijalishi matokeo ya mjadala wa Ijumaa yatakuwa nini, tayari walikuwa wamefanikisha jambo kubwa—walikuwa wamevunja ukimya, walikuwa wamepinga hali iliyopo, na walikuwa wamefungua mlango kwa mazungumzo ambayo yalikuwa yamechelewa kwa muda mrefu.

Kwa upendo wa familia yake, ujuzi wa Jack, na msaada usiotarajiwa kutoka kwa wengi kanisani, Kiano alithubutu kutumaini kuwa mabadiliko halisi yanawezekana. Si kwa ajili ya familia yake tu, bali kwa familia nyingine nyingi zilizokwama kati ya imani yao na urithi wao wa kitamaduni.

Wiki iliyofuata makabiliano kanisani, siku za Kiano na Jack zilijaa vipindi vya masomo makali, wakichambua maandiko ya Biblia na nyaraka za kihistoria, wakitengeneza hoja na kutabiri hoja za kupinga. Sebule ya nyumba ya Kiano ilikuwa imegeuka kuwa chumba cha vita, vitabu, karatasi, na kompyuta zikiwa zimezatapakaa kila mahali.

Jumanne moja yenye joto kali, Kiano aliegemea nyuma kwenye kiti chake kwenye uwanja wa nyuma, akipapasa macho kwa uchovu. "Sikuwahi kufikiria ningetumia siku zangu kujadili kwa kina mila za ndoa za Kiebrania za kale," alisema huku akitabasamu.

Jack alitazama kutoka kwenye kitabu kikubwa alichokuwa akichunguza, macho yake yaking'aa. "Karibu katika ulimwengu wangu, ndugu. Lakini unajifunza haraka. Una faida ya kuwa na ukweli huu kwenye damu yako. Wamarekani... Kile kilichopo kwenye damu yao ni filamu za Hallmark. Kuzungumza nao ni kama kumwambia tumbili asile ndizi. Hii inapingana kabisa na mifumo yao ya kitamaduni, lakini wewe una maelfu ya miaka ya tamaduni upande wako. Na si tu tamaduni, bali hitaji. Hitaji la kweli, linalolinda maisha. Marekani wanajua nini isipokuwa anasa? Magharibi imezoea mabenki ya chakula na makazi ya wasio na makazi. Wamepoteza kabisa mtazamo wa ukweli kwamba, siku moja, wanawake wanaweza kupoteza umiliki kwa vitu hivyo, na nani atawasaidia? Harakati za usawa wa kijinsia zitaishi tu ikiwa serikali iko upande wao. Nini kitakachotokea kama Urusi itavamia wiki ijayo na yote hayo kuyeyuka? Sitaki kusema hivyo, lakini wakati mambo yanapoanguka, wanawake wa Magharibi watajikumbuka kwa ghafla kwa nini wanahitaji wanaume. Wanaume wa kweli. Si wanaume wanaoonekana vizuri kwenye picha za Instagram, bali wanaume wanaoweza kuongoza familia zao kwenye vita na kulinda watoto wao kutoka kwa Shetani. Kama vile Isaya alivyotabiri. Wakati kila kitu kitakapoanza kufika kileleni, "Wanawake saba watamshikilia mwanaume mmoja siku ile." Kwa nini? Kwa sababu ghafla, kuwa na mwanaume wa kuwahudumia wao na watoto wao ndio kitu pekee kilichobaki. Ndoa ya mke mmoja. Ndoa za wake wengi, hizi zote ni mifumo ya Kigiriki na Kirumi ambazo hazipo kwenye Maandiko. Magharibi haijui tofauti kati ya mwanaume na mwanamke lakini wanataka kufundisha dunia nzima jinsi ndoa inavyofaa kufanya kazi. Ujinga huu ni wa kustaajabisha."

Jack alivuta pumzi ndefu, hasira zake dhidi ya mawazo ya Magharibi yasiyokuwa ya kibibilia na kujitangaza kwao kuwa bora kijamii zikiwa wazi usoni mwake. Kisha akamtazama tena Kiano. "Lakini unasimama kwa ajili ya kweli na haki hapa, na hilo ni jambo la ajabu kufanya."

Kiano alikunja mabega, sauti yake ikionyesha fahari kidogo. "Hii ni urithi wangu. Sijawahi kujua jinsi sehemu kubwa ya hiyo ilivyokuwa... imejificha na tafsiri za Magharibi."

Walipokuwa wakifanya kazi, wanawake wa nyumba walizunguka karibu nao, wakiwa ni chanzo cha msaada na kuwatia moyo kila wakati. Amani angetokea akiwa na vikombe vya kahawa wakati tu walipohitaji sana. Kila mmoja alichukua zamu za kucheza na watoto, kuhakikisha nyumba inaenda vizuri ili Kiano aweze kuzingatia kazi iliyoko mbele yake.

Jua lilipozama chini ya upeo wa macho, Jack aliketi nyuma, akinyoosha mikono yake juu ya kichwa chake. "Unajua," alisema, sauti yake ikiwa na mawazo, "nadhani tumepitia karibu kila mtazamo. Lakini kuna mtazamo mmoja ambao bado hatujauangalia kwa kina."

Kiano aliinua nyusi, akishangaa. "Oh? Ni nini hicho?"

Jack alitabasamu huku akionyesha ishara kuelekea jikoni ambako sauti za wanawake zilikuwa zikisikika, zikikatizwa na kicheko cha mara kwa mara. "Mtazamo wa kike. Mwishowe, wao ndio wanaoathiriwa zaidi na mafundisho haya, sivyo?"

Kiano alikubaliana kwa kutikisa kichwa kwa taratibu, akikubaliana. "Umesema kweli. Tumekuwa tukiangalia hoja za kibiblia sana, nilikuwa karibu kusahau kipengele cha kibinadamu."

Kama alivyokuwa akitegemea, Sarah alijitokeza mlangoni, tabasamu la kujua likiwa usoni mwake. "Sikuweza kujizuia kusikia. Mbona msichukue mapumziko? Tutawapeleka watoto nje wakiwa na pakiti ya kadi za Uno."

Wanaume hao walitazamana kwa furaha kisha wakakubaliana, wakiwakaribisha watoto kwenye ukumbi wa nyuma. Safiya aliwakusanya wanawake wengine pale sebuleni, mazungumzo yao ya kusisimua yakijaza nafasi iliyokuwa imekaliwa na madaftari na vitabu.

Amani alikalia kwenye kochi, akijifunika miguu yake chini. "Hivyo, Sarah," alisema, macho yake yakionyesha hamu ya kujua, "ni vipi kuolewa na mwanaume anayeishi kwa kujihusisha na matatizo ya kimataifa?"

Sarah alicheka, sauti yenye joto na rangi ikijaza chumba. "Oh, kamwe sio vya kuboreka, hiyo ni hakika. Mapenzi ya Jack kwa kweli na haki... ni mojawapo ya mambo ninayopenda zaidi kumhusu. Na wakati watu wengi wanavyoona tu sura yake ya ujasiri, mimi ninapata kuona zile nyakati kubwa. Wiki chache zilizopita, nilitembea kwenye ofisi yake na kumuona akilia juu ya Bibilia yake kwa sababu kanisa la mtaa lilikuwa limemtendea vibaya mama mmoja asiye na mume. Anawapenda watu, hasa wale ambao hawawezi kujitetea. Lakini kwa sababu dunia inaona tu Biblia inayopeperushwa na inasikia mahubiri makali, wengi wao hawaijui upande huo wake upo." Alishusha pumzi ya kuridhika. "Nitakwambia hivi, sitajuta siku Miss Sarah Holm alivyokuwa Mrs. Jack Hall."

Imani aliinama mbele, sauti yake nyororo lakini ya dhati. "Hatuwezi kukushukuru ya kutosha kwa kuja hapa kutusaidia. Inamaanisha zaidi kuliko unavyofahamu."

Sarah alinyoosha mkono, akishikilia mkono wake. "Hatungeweza kutamani kuwa mahali pengine. Kinachotokea hapa... ni muhimu. Si kwa familia yako tu, bali kwa wengi wengine."

Safiya, ambaye uchangamfu wake mara nyingi ulijichanganya na udadisi, hakuweza kujizuia tena. "Kwa hiyo, Sarah," alisema, akionyesha jicho la ukorofi, "je, huwa huchoki kufanya kila kitu peke yako? Niambie, kuunda chajio leo ilikuwaje?"

Amani na Imani walimshusha kwa furaha. "Acha hiyo, Safiya," Amani alisema kwa kicheko.

"Nasema tu." Safiya aliendelea kimchezo huku akiusukuma mkono wa Imani kabla haujafika mdomoni. "Dada yangu Njeri hajaoa na Jack anapenda Waafrika—"

"Safiya!" Wake wengine wawili walipiga kelele kwa pamoja huku chumba kizima kikitumbukia katika kicheko, nyuso za wanawake zikijaa furaha. Sarah alitikisa kichwa chake, akitabasamu. "Oh, niamini, wazo limepita kichwani mwangu. Jack amehubiri katika sehemu kadhaa ambapo kuwa na wake wengi bado ni jambo la kawaida. Wakati mwingine mimi huota ndoto za mchana kuhusu kurudi nyumbani kutoka kwa mazoezi ya mpira ya watoto, kuingia kwenye nyumba safi, na hakuna mume mwenye njaa akiuliza 'Chakula cha jioni ni nini?' kwa sababu mke wangu mwenzangu tayari ameshakiandaa."

Safiya aliinua mkono wake juu na kufumba macho kimchezo. "Amina dada. Amina."

Baada ya kicheko kingine cha pamoja juu ya vituko vya Safiya, Imani alimgeukia Sarah. "Una watoto wangapi?"

"Tuna wawili." Sarah alijibu. "Wako nyumbani kwa babu na bibi zao. Kwa bahati mbaya, siwezi kuwa na watoto wengine. Mimba ya mwisho ilikuwa ngumu sana."

Wanawake wengine walitoa pumzi kwa huruma huku Sarah akiendelea. "Wakati mwingine nimefikiria jinsi, kwa historia ya ulimwengu, kama familia ilikuwa inataka watoto zaidi, iliongeza wake zaidi. Na tumefikiria kuhusu kulea watoto lakini ni ghali sana. Sidhani kama tungeweza kumudu."

Kimya cha faraja kilitua chumbani huku wanawake wakifikiria maneno ya Sarah. Ni Safiya aliyevunja kimya hicho, azimio lake likitoa burudani ya kudumu. "Unaweza kuhamia Afrika. Njeri anafurahi sana kuanza kupata watoto—"

Alikatiwa na mto wa kochi uliorushwa kwenye chumba na Amani, na kusababisha tena kicheko kikubwa. Hata Imani, ambaye hacheki sana, alikuwa akishika tumbo lake na kufuta machozi kutoka kwa macho, jambo ambalo lilionekana kuwafanya wote kutambua baraka za Mungu kwa wakati wao pamoja.

Kadiri vicheko vilipopungua, mazungumzo yakaendelea, na walipozungumzia kila kitu kutoka kwa changamoto za kulea watoto hadi furaha ya ushirikiano wa dada, undugu wa kina ulianza kujiimarisha kati ya wanawake. Waliambiana hadithi, walicheka juu ya uzoefu wa pamoja, na walitoa maneno ya kutiana moyo na msaada.

Wakiwa nje kwenye kibaraza, Kiano na Jack walikaa kimya kwa mshangao huku watoto wakiwapiga katika raundi 8 za UNO mfululizo, lakini hewa ya jioni ilipitisha sauti ya vicheko vya wanawake hao kupitia madirisha yaliyo wazi, na kuchangamsha mioyo yao huku wakifurahia mapumziko yao.

"Unasikia hiyo, Jack?" Kiano alisema kwa upole. "Hicho ndicho tunachopigania. Hicho kicheko, ile upendo, ile hali ya familia."

Jack aliitikia kwa kutikisa kichwa, macho yake yakielekea mbali. "Ni nzuri, siyo? Furaha ya aina hiyo baada ya msiba mkubwa... Ni ushahidi wa nguvu ya familia yako." Alitabasamu na kumnyooshea kidole Kiano. "Na nguvu ya kiongozi wake."

Kiano alimgeukia rafiki yake, uso wake ukiwa na unyenyekevu lakini wa kina. "Jack, siwezi kukushukuru vya kutosha kwa kila kitu unachofanya. Kwa kuwa hapa, kwa kusimama nasi."

Jack alipunga shukrani kwa tabasamu. "Kiano, rafiki yangu, huna haja ya kunishukuru. Hii ndiyo kazi yangu. Ingawa mimi kawaida hufanya hivyo bila kuvaa shati tano kwa siku." Alionyesha shati lake, ambalo lilikuwa limejaa jasho, huku Kiano akimcheka. "Labda," Jack akaendelea, wakati mwingine unapotaka kuchukua msimamo, tunaweza kufanya hivyo mbali kidogo na ikweta." Watoto walijiunga na kicheko huku Kiano aliwaaga kitandani.

Jioni ilipozidi kuingia, wanaume hawa wawili walikuwa kimya, kila mmoja akitafakari kivyake. Uzito wa mjadala uliokuwa mbele yao ulijikita juu yao, lakini ulikuwa umejaa na sauti za furaha na upendo kutoka kwenye nyumba nyuma yao.

Hatimaye walipoingia ndani, walikuta wanawake wakiwa wamekaa pamoja kwenye kochi, wakicheka kuhusu jambo fulani Sarah alikuwa akiwaonyesha kwenye simu yake. Jambo hilo liliuchangamsha moyo wa Kiano, na kumkumbusha tena kile walichokuwa wakipigania.

Walipokuwa wakijiandaa kulala usiku huo, Kiano alijikuta akijawa na dhamira ya utulivu. Mjadala uliokuwa mbele yao ungekuwa na changamoto, bila shaka, lakini alihisi kuwa tayari zaidi kuliko hapo awali. Sio tu kwa masaa ya masomo na maandalizi, bali kwa sababu ya upendo na msaada uliomzunguka.

Akiwa amejilaza kitandani, Amani alijikunyata kando yake, Kiano akatazama gofu, akili yake ikizungukia hoja na majibu. Amani alionekana kuhisi wasiwasi wake akajiegemeza kwenye kiwiko cha mkono mmoja kumtazama.

"Utafanya vizuri," alisema kwa upole, sauti yake ikiwa imejaa hakikisho. "Sisi sote tunakuamini."

Kiano alimgeukia, akinywa upendo na usaidizi uliongazia machoni pake. "Singefanya hii bila wewe," alisema. "Bila nyinyi wote."

Amani akatabasamu, akainama chini ili kumbusu taratibu. "Sio lazima. Tuko pamoja. Usisahau hilo."

Mwishowe usingizi ulipomchukua, mawazo ya mwisho ya Kiano yalihusu familia yake—Amani, Safiya, Imani, watoto, na hata Jack na Sarah. Hawakuwa tu kundi la watu; walikuwa pamoja, waliounganishwa na upendo, imani, na dhamira ya pamoja ya kutafuta ukweli.

Jua lilikuwa bado halijachomoza vizuri Kiambu wakati Kiano alipoamka, moyo wake ukienda mbio kwa hamu ya siku. Alilala kimya kwa muda mfupi, akisikiliza pumzi za taratibu za Amani pembeni yake, akikusanya mawazo yake kwa ajili ya siku hiyo iliyokuwa mbele. Leo ilikuwa siku ile—mjadala ambao ungeweza kubadilisha kila kitu.

Alipokuwa akishuka chini, tayari nyumba ilikuwa imejaa shughuli. Safiya na Imani walikuwa jikoni, wakitayarisha kifungua kinywa kizito cha kila mtu Harufu ya kahawa iliyotengenezwa hivi punde na nyama iliyokoroma ilijaza hewa, ikiwa kinyume na hali ya wasiwasi iliyokuwa ikitanda nyumbani.

Jack alikuwa ameketi kwenye meza ya kula, akiwa haonekani kusumbuliwa na mzozo unaokaribia. Alimwangalia Kiano alipoingia, akitabasamu kwa kumtia moyo. "Uko tayari kwa siku kuu?"

Kiano aliitikia kwa kutikisa kichwa huku akijimiminia kikombe cha kahawa. "Niko tayari kadri nitakavyokuwa," alijibu, sauti yake ikiwa thabiti licha ya wasiwasi.

Asubuhi na alasiri zilipita kwa haraka na maandalizi ya mwisho na mazungumzo ya kutia moyo. Walipokuwa wakipanda gari kuelekea kanisani, Kiano alihisi mkono ukishika wake. Aligeuka na kumwona Imani akimwangalia, macho yake yaking'aa kwa fahari na upendo.

"Utafanikiwa," alimuambia kwa sauti ya upole, akimshika mkono wake kwa nguvu. "Sisi sote tuko pamoja nawe."

Safari ya kuelekea Calvary Community Church ilikuwa kimya, kila mtu akiwa amezama katika mawazo yake. Walipoingia kwenye eneo la kuegesha magari, macho ya Kiano yalipanuka kwa mshangao. Eneo la kuegesha magari lilikuwa limejaa, na magari yakawa yanaegeshwa hata nje ya barabara.

"Inaonekana neno lilienea," Jack alisema kwa furaha, akitazama umati uliokuwa ukikusanyika nje ya kanisa.

Walipokuwa wakipita katikati ya umati wa watu, Kiano alihisi uzito wa mamia ya macho ukiwa juu yake. Alisikia vipande vya mazungumzo, jina lake likitajwa kwa sauti za chini. Wengine walionekana kuwa na shauku, wengine walikuwa na shaka, ilhali wengi walitabasamu wakimpa moyo.

Kanisani, hali ilikuwa ya msisimko wa ajabu. Viti vilikuwa vimejaa, na watu walikuwa wamesimama kwenye njia hadi nyuma. Kiano aliona nyuso za kawaida kutoka kwa waumini, lakini pia wengi ambao hakuwatambua. Ilionekana jamii nzima ilikuwa imejitokeza kwa ajili ya tukio hilo.

Walipokuwa wakielekea mbele, macho ya Kiano yaliangukia uso wa mtu aliyemfahamu kwenye safu ya mbele. Mchungaji Muthomi, mchungaji wa zamani wa Jabari, alikuwa ameketi pale, macho yake yakiangaza na kumtia moyo. Pembeni yake kulikuwa na viti vitupu, dhahiri vikiwa vimehifadhiwa kwa ajili ya Kiano na familia yake.

Mchungaji Muthomi alisimama walipokaribia, akimkumbatia Kiano kwa upendo. "Singeweza kukosa hili kwa chochote, mwanangu," alisema kwa sauti ya chini iliyojaa fahari.

Alipowaona Jack na Sarah wakikaribia nyuma ya Kiano, macho ya Mchungaji Muthomi yalionekana kuangaza kwa furaha. "Huyu ndiye yule mzungu jasiri ambaye alisafiri kutoka Marekani kuja kukusaidia?"

"Sijui njia nyingine!" Jack alisema kwa furaha, akinyosha mkono wake kumsalimu mchungaji.

Muthomi pia alimkaribisha Sarah kwa furaha, na walipokuwa wakikaa kwenye viti vyao, Kiano alitazama umati. Aliona nyuso zilizojaa udadisi, shaka, na hata chache zenye chuki. Lakini pia aliona matumaini—katika macho ya familia nyingine za wake wengi waliofika kumuunga mkono, katika nyuso za wale waliojeruhiwa na msimamo wa kanisa kuhusu muundo wa familia za kitamaduni za Kiafrika.

Mchungaji Kwamin alipanda jukwaani, uso wake ukiwa na utulivu uliojaa azma. Ukumbi ulitulia alipokuwa akianza kuzungumza. "Ndugu na dada zangu. Sababu ya kukusanyika hapa leo haifai maelezo marefu. Leo, ni jukumu langu kuwaeleza mpango wa Mungu kwa ajili ya ndoa, kama inavyofundishwa katika Maandiko. Sitapoteza muda, nitaanza somo langu."

Baada ya kuombea mkutano huo, aliweka wazi hoja zake dhidi ya ndoa za wake wengi kwa ustadi wa hali ya juu. Alitaja maandiko, akanukuu wanatheolojia wa Ulaya, na akazungumzia utakatifu wa ndoa ya mke mmoja kama mapenzi ya Mungu kwa lafudhi yake nzito, polepole, na yenye mamlaka.

Baadhi ya nukuu kutoka kwenye wasilisho lake zilijumuisha—"Mwaona, ndugu zangu. Mwanzo, Mungu alimuumba Adamu na Hawa. Hakumuumbia Adamu wake wawili au watatu; bali mmoja tu. Pia alisema, alipoweka msingi wa ndoa, kwamba mwanamume ataungana na mke wake, si wake wengi. Katika Mathayo 19:5, Yesu anaunga mkono ufafanuzi huu wa ndoa kwa kuwaambia viongozi wa kidini wa wakati wake, 'Wawili,' si watatu au wanne, 'watakuwa mwili mmoja.'"—"Tunapoangalia Agano la Kale, tunaona kuwa kila wakati mwanamume alipokuwa na wake wengi, jambo hilo lilimalizika vibaya. Lameki, mtu wa kwanza kuwa na wake wengi duniani, alikuwa muuaji. Familia za Abrahamu, Yakobo, na Samweli zilipata migogoro ya mara kwa mara kwa sababu walikuwa na wake wengi, ikionyesha kuwa wake zao hawakutaka mpangilio huo." —"na vipi kuhusu uzinzi? Je, tumesahau kuwa mwanaume aliyeoa kumtamani mke mwingine ni uzinzi kwa kuwa anakuwa si mwaminifu kwa mke wake wa kwanza? Maandiko yanasema wazi. 'Hakuna mzinzi atakayeurithi Ufalme wa mbinguni.'"— "Jambo jingine la kuzingatia ni kwamba mfumo huu wa kuwa na wake wengi unadhalilisha na unawakandamiza wanawake. Angalieni tu Wamormoni au Uislamu kwa mfano wa yote unayohitaji. Wanawake wanachukuliwa kama vitu vya ngono vya kukusanywa na kutumiwa badala ya wanadamu." Ni Mkristo gani, kwa dhamiri njema, anayeweza kuunga mkono mfumo wa kidhalimu kama huo, ambapo wanawake wanachukuliwa kama mifugo badala ya wanadamu?"—"Na hatimaye, ninamalizia kwa kuwaachieni himizo la Mithali 5; 'Unywe maji kutoka birikani mwako mwenyewe na maji safi kutoka kisimani kwako mwenyewe. Je, chemchemi zako zitawanyike nje, mitiririko ya maji katika barabara? Chemchemi yako ibarikiwe, na ufurahie mke,' si wake," aliongeza kwa tabasamu la kujiamini, "'wa ujana wako.'"

Kiano alisikiliza kwa makini, akili yake ikikimbia huku akiandika hoja za kujibu na mitazamo ya kuyapinga. Aliweza kuhisi Jack kando yake, akiwa ametulia lakini makini, huku mara kwa mara akijaribu kuficha macho yake yaliyokuwa yakizunguka kwa majibu ya hoja alizokuwa amezisikia mara elfu.

Wakati hotuba ya Mchungaji Kwamin ilipokuwa inaisha, kulikuwa na makofi madogo, hasa kutoka kwa viongozi wa kanisa na baadhi ya wanachama waaminifu. Lakini majibu yalikuwa ya baridi kwa kiwango cha chini. Ilikuwa wazi kwamba wengi katika hadhira walikuwa wanahifadhi maoni yao, wakisubiri kusikia upande wa Kiano.

Wakati Mchungaji Kwamin hatimaye alishuka kutoka kwenye mimbari, Kiano alihisi hofu. Huu ndio wakati.

Kila kitu ambacho walikuwa wamefanyia kazi, kila kitu walichokuwa wamepigania, kilishuka hadi wakati huu.

Moyo wa Kiano ulidunda kifuani mwake, ukiwa karibu kupasuka wakati wowote. Kabla hajajizuia, alitembea kwa haraka kutoka kwenye madhabahu hadi kwenye korido, akiwa na shauku ya kujituliza. Wakati huo huo, Jack alijitahidi kuwaeleza wenyeji kwamba alihitaji dakika moja tu.

Wakati Kiano alipokuwa anavuta pumzi kwa upole, alisikia sauti isiyojulikana ikimuita kutoka mlangoni mwa korido, "Ndugu Kiano!"

Mwanaume Mwafrika aliyevaa mavazi ya jadi, akionekana kuwa na umri wa miaka 40, akiwa na mkewe na mtoto wake, alitembea polepole kuelekea kwake. "Tulitaka kukushukuru kwa ujasiri wako katika jambo hili na tumekuja kukusaidia unapopigania ndoa."

Kiano aliitikia kwa kutikisa kichwa na kunyoosha mkono wake kumshika mkono wa mwanaume huyo, huku akijaribu kutuliza hisia zake.

"Kile unachofanya kina maana zaidi kuliko unavyofahamu." Alisema mwanaume huyo, mkewe akitabasamu na akifuta chozi moja lililokuwa linamwagika kwenye shavu lake kando yake.

Alipoona hisia zake, Kiano alijiweka sawa ili kusikiliza kwa makini kile mwanaume alichokuwa na kusema.

"Mimi pia nilihudumu katika kanisa kama hili kwa miaka mingi." Mwanaume aliendelea. "Nilikuwa na mke mmoja lakini alikuwa tasa. Tulijaribu kwa miaka mingi kupata watoto lakini hatukuweza." Mkewe, akiwa na hisia zaidi, alitikisa kichwa kama kuthibitisha kuwa yeye ndiye mke tasa.

Mwanaume aligusa bega lake kwa upole na kisha akaangalia Kiano. "Baada ya muda, mke wangu alishauri nioe rafiki yake. Familia ya mwanamke huyu ilikuwa imekufa na alikuwa akihangaika kupata riziki mwenyewe. Hakukuwa na familia yoyote inayoweza kumsaidia, hivyo tukazungumza naye na niliona ilikuwa jambo la haki kwangu kumchukua awe mke wangu."

Kiano alinyanyua nyusi zake kidogo, akionyesha kuongezeka kwa hamu yake katika haditi hiyo.

"Tulihudhuria kanisa lililoamini kuwa mwanaume anapaswa kuwa na mke mmoja tu, kwa hiyo tulimficha mke wa pili kutoka kwao kwa hofu ya kuadhibiwa. Baada ya miezi miwili tu, tuligundua kuwa alikuwa na mimba. Tulifanikiwa kumficha yeye na mtoto aliyekuwa anatarajiwa kwa mwaka mmoja, lakini wazee wa kanisa waligundua wakati mtoto alikuwa na miezi michache tu."

Kiano alisikiliza kwa makini huku machozi yakianza kujaa machoni mwa yule mwanaume, na pia kwa mtoto wake, ambaye alionekana kuwa na umri wa kama miaka minane.

"Wazee walinikemea kwa kuchukua mke wa pili. Waliniambia kuwa mpango wa Mungu ni mwanaume mmoja na mwanamke mmoja, na kwamba nilikuwa nimetenda dhambi kwa kufanya hivi. Kisha waliniamuru kumfukuza mke wangu wa pili na mwanangu. Nilipinga mwanzoni, lakini punde si punde walinifanya niamini kuwa haya ndiyo mapenzi ya Mungu. Kwa hiyo, ili kuepuka adhabu ya kanisa, nikamfukuza."

Machozi ya mwanaume yalianza kumtiririka huku akijaribu kujizuia ili kuendelea na hadithi yake. Mkewe alimshika mkono kwa kumfariji.

"Nilimfukuza akiwa na mtoto wa miezi miwili. Hatukuwa tunaishi katika sehemu nzuri ya jiji. Nilijua kwamba angekuwa bila ulinzi na angekuwa na matumaini madogo ya kupata msaada, lakini nilimfukuza kwa sababu kanisa liliniambia nifanye hivyo."

Alinyamaza kwa muda huku macho yake yakigeuka kuwa mekundu na akavuta pua yake kuzuia makamasi yasitoke. Baada ya kuvuta pumzi kwa kina, aliendelea, akijaribu kudhibiti mwili wake usitetemeke alipokuwa akiendelea.

"Miezi michache baadaye, tulipata habari kuwa kundi fulani lilimkaribia, na walimshawishi kuwa…"

Kifua chake kilianza kupanda na kushuka kwa kupumua kwa nguvu, kwani uzito wa matukio hayo yalianza kumzidi, lakini aliendelea.

"Walimfanya kuwa kahaba ili wampatie chakula cha kutosha, yeye na mtoto. Niliposikia habari hizi, nilijua kuwa nilikuwa nimetenda dhambi, kwa hiyo niliangulia magotini nyumbani kwangu na kutubu. Kisha nikaenda kumtafuta ili nimrudishe nyumbani, lakini..."

Mkewe alianza kulia sawa na yeye, na macho ya Kiano nayo yakaanza kujaa machozi, akisubiri kwa huzuni kile alichojua kingekuwa mwisho wenye majonzi.

Mkewe alianza kulia kama vile alivyokuwa, jambo lililopelekea macho ya Kiano kububujikwa na machozi alipokuwa akingojea kile alichojua kuwa kingekuwa matokeo mabaya.

"Nilitafuta kote jijini usiku ule, kisha nikampata akiwa amelala kichochoroni, nguo zake zikiwa zimechanika na damu ikiwa imejaa kwenye kiuno chake. Kulikuwa na sindano ya dawa karibu na mkono wake na..." Akavuta pumzi ndefu ili aweze kuendelea. "na mtoto alikuwa kwenye sanduku kando ya barabara. Nilienda kumchukua mtoto na kurudi kumchukua yeye, lakini hakuwa anasonga na alipumua kwa shida sana. Nilipoinua sketi yake, niligundua..."

Alitoa mguno wa uchungu uliomgusa Kiano moyoni, akishindwa kujizuia kuonyesha hisia zake, na kumfanya Kiano nusura atokwe na machozi.

"Niligundua kuwa mtu alikuwa amembaka. Kwa hiyo nikamchukua na kumshika, lakini hakuwa akijibu. Nilitubu, ndugu yangu Kiano! Nilipaza sauti kwamba naomba msamaha, kwamba nimetenda dhambi na kwamba ningemrudisha nyumbani, lakini kisha... kisha..."

Mwanaume huyo akaanza kulia sana na kutetemeka bila kudhibitiwa. "Alifariki pale pale mikononi mwangu!"

Machozi ya Kiano yalimtoka kwa wingi alipomkumbatia mwanaume huyo kwa nguvu, mke wake naye akiwa analia huku akimshika mwanao kwa karibu.

Mwanaume huyo alitetemeka kwa nguvu mikononi mwa Kiano, machozi yao yakichafua nguo za kila mmoja. "Nilimtuma mke wangu mwenyewe kwenye kifo chake!" Mwanaume huyo alipiga kelele kwenye bega la Kiano. "Ni kosa langu! Ni kosa langu!" Mwanaume huyo alijitoa kutoka kwa Kiano ili kumtazama. "Na sasa namtazama mwanangu machoni, nikijua baba yake ndiye muuaji wa mama yake!"

Ikifuatiwa na kilio kingine cha uchungu, mtu huyo alimkumbatia tena Kiano. Kilio kiliendelea kwa dakika kadhaa huku Kiano akigundua kuwa hii ilikuwa ishara kutoka kwa Mungu kwamba alikuwa akifanya jambo sahihi. Hii ilikuwa motisha aliyohitaji ili kukusanya nguvu zake na kupigana vita hivi. Wakiwa bado na machozi, wanaume hao wawili walijitenganisha, na Kiano, akiwa na dhamira thabiti machoni na sauti yake, akamtazama mwanaume huyo machoni na kusema, "Nitampigania mke wako, ndugu yangu. Kwa jina la Yesu, kifo chake hakitakuwa bure."

Mwanamume huyo alitikisa kichwa kwa shukrani, ingawa bado hakuwa ameweza kujituliza kabisa, huku Kiano akiingia tena kwenye chumba cha ibada.

Macho yote yalikuwa yakimtazama, wakijiuliza alikuwa wapi. Jack alisimama, akiwa na uso wenye kuonyesha kwamba alijua Mungu alikuwa amemfanyia Kiano kitu fulani pale nje. Akamkaribia Kiano, akaweka mkono begani mwake, na akamnong'oneza sikioni. "Hata kama Mungu amezungumza nawe binafsi, pigana kwa kutumia Maandiko, si kwa hadithi."

Jack aliporudi nyuma, Kiano alimwangalia kwa azma thabiti iliyomshangaza hata Jack mwenyewe. Jack alijua, katika muda huo, kwamba Mungu alikuwa amempa Kiano nguvu kwa ajili ya kazi iliyokuwa mbele yake. Akaketi karibu na Sarah na Mchungaji Muthomi huku Kiano akitembea hadi kwenye mimbari na kuweka daftari lake juu yake.

Chumba kilinyamaza, na mvutano ukawa wazi. Aliangalia juu ya umati wa nyuso, wote wakiwa wanamsubiri, wote wakimtazama. Katika muda huo, alihisi uzito wa si tu hatma ya familia yake mwenyewe, bali pia za familia nyingi nyingine zilizokuwa zimevunjwa na mafundisho yenye madhara na ubeberu wa kitamaduni.

"Ndugu na dada zangu," alianza, sauti yake ikiwa imara na wazi. "Ninakuta inavutia kwamba Mchungaji Kwamin aliishia kuhalalisha ndoa ya mke mmoja kwa kunukuu kutoka kwenye Mithali. Inaonekana alisahau kuwa mwandishi wake alikuwa na wake elfu moja."

Nusu ya hadhira ililipuka kwa kicheko, huku nusu nyingine ikianza kucheka kwa taratibu, ikielewa kile ambacho Kiano alimaanisha.

Majibu hayo mazuri kutoka kwa umati yalifuta kabisa hofu yoyote iliyobaki kwa Kiano. Mchungaji Muthomi na Jack pia walitazamana na kucheka. Jack alitikisa kichwa kwa mshangao huku akimnong'oneza Mchungaji Muthomi. "Hiyo haikupangwa hata kidogo."

Wawili hao Walibadilishana macho yaliyokuwa na ujumbe wa kimya ulioelezea ujasiri wao katika wito wa Kiano.

Kisha Kiano alianza hotuba yake, akipinga kwa uangalifu hoja za mzungumzaji aliyetangulia.

"Wengine watawaambia kwamba Mungu alimuumba Adamu na Hawa pekee mwanzoni, na hilo ni kweli. Lakini hilo linatufundisha nini kuhusu ndoa? Kudai kwamba Mungu aliwazuia wanaume wote kuwa na mke zaidi ya mmoja kwa sababu alimpa Adamu mmoja ni hoja tu ya kihistoria. Na hatuwezi kuunda mafundisho kutokana na hoja za kihistoria, bali kutoka kwa mafundisho ya Bibilia. Kitu gani kingine? Watawaambia kwamba mwanaume ataungana na mke wake, si wake zake, lakini je, si hicho ndicho kinachotokea katika kila ndoa mwanaume anapoingia? Mwanaume anapomchukua mke wa kwanza, anaungana na mke wake. Na anapochukua mke wa pili, anaungana na mke wake. Ni nini katika tamko hili la Mungu linalokataza hili kutokea? Wapinzani wa ndoa ya wake wengi watasema kuwa ndoa ni kati ya mume mmoja na mke mmoja, na bila shaka ndivyo ilivyo! Lakini hakuna anayependekeza kwamba mwanaume mwenye wake wengi ameolewa kwa jumla na wake kadhaa. Mwanaume wa aina hiyo hana ndoa moja na wake wengi, bali ana ndoa nyingi, kila moja ikiwa na mke mmoja; na hivyo, katika kila ndoa yake ya kipekee, hakika wawili huwa mwili mmoja. Yesu hakuzungumzia wake wengi kwa namna yoyote alipokuwa akizungumza na Mafarisayo katika Mathayo 19. Alikuwa akizungumzia talaka. Na tukiangalia Mathayo 19, napaswa kusema kwamba talaka ilikuwa ikitumiwa sana katika siku zao kumruhusu mwanaume kumwacha mke mmoja kwa ajili ya mwingine. Ikiwa ni chochote, basi Yesu alisema hapa kinachounga mkono ndoa ya wake wengi, kwani angetamani sana hiyo kuliko kumuacha mke mmoja kwa mwingine. Mungu hakusema, 'Nachukia kuchukua wake wengi,' lakini alisema, 'Nachukia talaka.'"

Mchungaji Muthomi na Jack walitikisa vichwa vyao kwa kukubaliana na kila kitu Kiano alichokuwa akisema, wakiwa na fahari kwa jinsi alivyokuwa akiwasilisha hoja zake. Watazamaji wengine walikuwa wamenyamaza kimya kabisa, baadhi yao wakiwa wameshtuka, wengine wakifurahi, na wengine wakihisi wasiwasi kama Kiano angefanikiwa katika dhamira yake. Aliendelea, bila kuvurugwa na ukimya wa umati.

"Tunaporudi kwenye Agano la Kale, wengi wanasema kuwa ndoa ya wake wengi kila mara inaishia katika maafa, wakitolea mifano Abrahamu, Yakobo, na Elkana. Lakini je, umewahi kugundua kuwa hawa ndio tu mifano inayotolewa? Hii ni kwa sababu hawa ndio pekee wanaopatikana. Kuna karibu waume arobaini wa ndoa ya wake wengi wanaotajwa kwa majina katika Agano la

Kale, na ni watatu pekee ambao ripoti zao zinaonyesha kuwa walikuwa na mizozo kati ya wake zao. Kwa wawili wao, Abrahamu na Elkana, mizozo hiyo ni kutokana na aibu ya kutokuwa na watoto. Hakuna wakati ambapo mizozo inaandikwa isipokuwa katika juhudi zao za kupata watoto. Sio kwamba tunapaswa kufanya hivyo, lakini ikiwa tungehukumu thamani ya ndoa ya wake wengi kwa matatizo yaliyosababishwa katika Maandiko, ingeshinda kwa nguvu juu ya ndoa ya mke mmoja. Zaidi ya hayo, wakati wengi wanasema wake wa baba wa taifa hawakutaka mpangilio huu, kwa kesi nyingi, ni wake ndiyo walioshauri waume zao wachukue wake zaidi! Na jambo lingine lazima naliseme—Kuhusiana na tabia mbaya ya watu kama Lameki; kwa nini tunaunganishia tabia mbaya ya wanaume wa ndoa ya wake wengi kwa muundo wa familia zao lakini hatufanyi hivyo kwa wanaume wa ndoa ya mke mmoja? Ikiwa idadi ya wake mmoja anaoa inahusika na tabia zao mbaya au inaonyesha uovu wao, basi lazima tuchukue hitimisho kwamba tunaweza kuoa mke mmoja tu, kwani Adamu, kwa ndoa yake ya mke mmoja, aliangamiza kizazi chote cha wanadamu, na Kaini, ambaye alionekana kuwa mpevu kwa wakati huu, alikuwa muuaji wa kwanza duniani! Ikiwa miundo yao ya familia haina uhusiano na dhambi zao—na sote tunakubaliana kuwa haina—basi wala muundo wa familia wa mume mwenye wake wengi hauhusiani na dhambi yake."

Katika hatua hii, Kiano alianza kusikia "Amina" hafifu na minong'ono ya kukubaliana kutoka kwa umati huku viongozi wa mwenyeji wakionekana kuwa na wasiwasi zaidi na zaidi. Safiya alimgusa Amani kwa mkono na kisha akainama karibu na kichwa chake. "Ninavutiwa sana na mume wetu sasa hivi," alimwambia kwa sauti ya chini, na kumfanya Amani kushindwa kujizuia na kicheko.

"Na je, kuhusu uzinzi? Mchungaji Kwamin aliuliza." Kiano aliendelea. "Hoja hii inatokana na tafsiri potofu ya uzinzi. Kulingana na Maandiko, uzinzi hutendeka tu wakati mke aliyeolewa anachafuliwa na mwanaume ambaye si mume wake. Bibilia haionyeshi popote kwamba mwanaume aliyeolewa anafanya uzinzi kwa kulala na mwanamke mwingine. Ni dhambi kufanya ngono bila ndoa, ndiyo, lakini si uzinzi isipokuwa mke aliyeolewa anachafuliwa. Mwanaume hafanyi uzinzi kwa kutamani mke wa pili kama anavyofanya kwa kutamani mke wa kwanza. Sasa, kuhusu Wamoroni na Waislamu na dini nyingine za uongo. Zina maana gani kwetu? Watu wa Mungu walikuwa na wake wengi maelfu ya miaka kabla ya dini hizo kuwepo. Hatuwezi kutafsiri Maandiko kulingana na kile dini za uongo zinachofanya. Lazima tuyatafsiri kama yapasavyo kwa ajili yao wenyewe, bila kujali jinsi watu wanavyoyatumia vibaya. Je, Wamoroni wanatumia ndoa vibaya? Ndio. Je, hiyo inapaswa kutuzuia kuoa? Nauliza hii. Je, Kanisa la Kikatoliki linatumia vibaya injili?" "Ndio. Je, hiyo inapaswa kutuzuia kuhubiri injili? Hivyo basi, unaona kwamba matumizi mabaya ya dini za uongo hayapaswi kuathiri jinsi tunavyotafsiri Maandiko au jinsi tunavyoyatii. Na kwa kipingamizi changu cha mwisho kwa hoja za Mchungaji, nitajibu shutumu lake kwamba kuwa na wake wengi katika familia moja kuna kudhalilisha na kunyanyasa wanawake. Hapa, ninamkumbusha Mchungaji na wote wanaosikiliza kwamba ni Mungu Mwenyewe ambaye sio tu aliwekeza sheria, bali aliamuru ndoa ya wake wengi katika Sheria ya Musa chini ya hali maalum. Ni Mungu Mwenyewe ambaye, katika Kutoka 21, aliwaambia wanaume wenye wake zaidi wapende na wawalee, si kuwafukuza! Na ni Mungu Mwenyewe ambaye alisema kwa Daudi, 'Niliwapa wake wa bwana wako mikononi mwako.' Ikiwa mtu atashutumu ndoa ya wake wengi kwa kudhalilisha na kunyanyasa wanawake, basi huyo huyo anamtuhumu Mungu Mwenyezi kwa kudhalilisha na kunyanyasa wanawake—na hiyo ni matusi!"

Kadri shauku ilivyokuwa ikiongezeka katika sauti ya Kiano, makofi na maneno ya kukubaliana kutoka kwa umati yaliongezeka kwa usawa. Hata hivyo, Jack na Mchungaji Muthomi waliketi kimya, macho yao yakiwa wazi kwa mshangao kutokana na ujasiri na ustadi wa hotuba ya Kiano.

Aliendelea kuelezea sheria mbalimbali za Musa ambazo ziliunga mkono ndoa ya wake wengi, ushauri wa Paulo kwa wajane vijana kuoa ambao usingeweza kutekelezwa kwa upana bila ndoa ya wake wengi, mume mwenye wake wengi kurudi katika mfano wa Yesu wa mabikira kumi, na ukosefu wa marekebisho yoyote, onyo, adhabu, au hata tamko lolote baya lolote katika Biblia nzima kuhusu kuwa na wake wengi.

Umati ulikaa kwa makini, wakisikiliza kwa mshangao huku Kiano akibomoa kila pingamizi linaloweza kutolewa dhidi ya ndoa ya wake wengi kwa mantiki. Hakuacha jiwe lolote bila kugeuzwa, akishughulikia Neno la Mungu kwa uwazi wa kushangaza na hakutumia hoja za kitamaduni au kihistoria hata mara moja. Baada ya dakika thelathini, alimaliza utetezi wake.

"Na hivyo, ndugu na dada, baada ya kusema yote, ukweli wa jambo hili ni huu. Sisi ndio tunatofautisha kati ya mwanaume mwenye mke mmoja na mwanaume mwenye wake wengi, lakini Mungu anamwita kila mwanaume kwa jina moja tu—'mume.' Nimaliza kesi yangu hapa... 'Kuoa mke mmoja' na 'Kuoa wake wengi' hazipo katika Maandiko, wala katika akili ya Mungu. Mbele Zake, kuna ndoa tu. Na Mungu anaruhusu mwanaume kuwa na ndoa zaidi ya moja kwa wakati mmoja kwa faida ya utakatifu wa wote."

Kiano alitazama polepole kutoka kwa kumbukumbu zake kwa umati wa wasikilizaji na baada ya kimya kidogo, akashusha pumzi ndefu. "Amina."

Kwa hayo, umati wa zaidi ya elfu moja uliruka kwa miguu yao mara moja kupongeza na kupiga makofi. Vigelegele vya furaha vya "Hallelujah" na "Amina" vilimiminika kwa Kiano mwenye machozi huku akishuka kutoka kwa madhabahu. Familia yake ilikimbia kwake na kumzunguka kwa kukumbatiana, huku Jack, Sarah, na Mchungaji Muthomi wakisubiri kwa zamu kumpongeza. Watu pekee ambao hawakuwa wamesimama walikuwa

Mchungaji Kwamin na wengi wa wafanyakazi wake nusu-weupe, ambao waliketi kwenye viti vyao kwa aibu kwani umati ulikuwa wazi umeamua kuwa Kiano alikuwa mshindi wa mjadala. Wazee wawili wenyeji, mmoja kutoka Afrika na mwingine kutoka Marekani, walijiunga na umati kupongeza Kiano, wakiwa wamehamasika na hoja zake kwamba walikuwa wamekosea.

Kiano alipokuwa anatoka kwenye kumbatio la familia na marafiki zake, alijikuta akizungukwa na mafuriko ya kukumbatiwa na mikono iliyonyoshwa kwa ajili ya salamu. Watu walifikia kumgusa, kumtolea maneno ya msaada na shukrani. Aliona familia zilizokuwa zimetenganishwa na msimamo wa kanisa kuhusu ndoa ya wake wengi, machozi yakitiririka usoni mwao walipomshukuru kwa kusema ukweli.

Amani, Safiya, na Imani walitazama tukio hilo, nyuso zao zikimeta kwa fahari na upendo. Jack kwa utani alishikilia ngumi yake kwa Mchungaji Muthomi kwa mbali. "Ushindi kwa Mzungu?" Mchungaji Muthomi alicheka kwa sauti kubwa, akiwa na furaha tele alipounganisha ngumi yake na Jack kwa fist-bump. "Ushindi kwa Mzungu!" mchungaji alitangaza kwa nguvu. Walicheka pamoja na kukumbatiana kwa shangwe kusherehekea ushindi wa Kiano.

Umati ulipoanza kuelekea nje, wakiwa bado wanazungumza kwa msisimko na furaha, Mchungaji Kwamin alimkaribia Kiano. Uso wake ulikuwa na mchanganyiko wa hisia — mshangao, heshima, na dokezo la kutokuwa na uhakika.

"Kiano," alisema, akinyosha mkono wake. "Lazima nikubali, umetoa hoja nyingi za kutufikirisha. Hoja zako zilikuwa na nguvu, na uwezo wako wa kulishughulikia Neno ni dhahiri."

Kiano alitikisa mkono wa mchungaji, akihisi cheche ya matumaini. "Asante, Mchungaji," alisema. "Natumaini huu unaweza kuwa mwanzo wa mazungumzo, si mwisho wake."

Mchungaji Kwamin aliitikia kwa kutikisa kichwa taratibu. "Pengine uko sahihi."

Pamoja na hayo, kasisi huyo aliyeshindwa kwa heshima alirudi ofisini kwake huku Kiano, pamoja na familia na marafiki zake, wakielekea nje. Walipovuka mlango wa mbele na kuingia kwenye eneo la maegesho, umati uliobaki wa mamia ya watu ulirudia shangwe na makofi kwa ajili ya Kiano. Jack alizungusha mkono wake begani mwa Kiano walipokuwa wakipita katikati ya umati, akimpongeza tena kwa kazi nzuri. Kiano naye aliweka mkono wake juu ya mabega ya Jack kwa upendo wa kindugu. "Siwezi kukushukuru vya kutosha kwa kuja hapa, ndugu. Unaenda wapi baada ya hapa?"

"Ufilipino," Jack alipaza sauti juu ya kelele. "Nimepangiwa kuhubiri mfululizo wa mikutano ya uamsho huko Manila."

"Unaondoka lini?" Kiano aliuliza kwa sauti kubwa.

"Tunasafiri kwa ndege leo baada ya chamcha." Jack alijibu.

Kiano alitabasamu na kutikisa kichwa kwa furaha. "Basi, ndugu yangu, Mungu akufanyie wema huko kama alivyotufanyia hapa."

Jack aligeuka nyuma akimtazama Sarah na familia ya Kiano wakifuatana nao kuelekea kwenye magari, kisha akatazama mbele tena akiwa na tabasamu kubwa usoni mwake. "Mungu ni mwema wakati wote, rafiki yangu."

Kiano alikubali kwa kutikisa kichwa kwa shauku akisema, "Na wakati wote, Mungu ni mwema!"

*"Jitahidi kujionyesha kuwa umekubaliwa na
Mungu kama mtenda kazi asiye na sababu ya aibu,
anayelitumia kwa usahihi neno la kweli."*

2 Timotheo 2:15

Mwisho

www.ingramcontent.com/pod-product-compliance
Lightning Source LLC
LaVergne TN
LVHW091117250125
802148LV00002B/318